தேடாதே

தேடாதே

சுஜாதா

கிழக்கு

தேடாதே
Thedathey
by Sujatha
Sujatha Rangarajan ©

Kizhakku First Edition: January 2011
96 Pages
Printed in India.

ISBN 978-81-8493-626-1
Kizhakku - 606

Kizhakku Pathippagam
177/103, First Floor,
Ambal's Building, Lloyds Road,
Royapettah, Chennai 600 014.
Ph: +91-44-4200-9601
Email : support@nhm.in
Website : www.nhm.in

Cover Image: Shutterstock

Kizhakku Pathippagam is an imprint of New Horizon Media Private Limited

This book is sold subject to the condition that it shall not, by way of trade or otherwise, be lent, resold, hired out, or otherwise circulated without the publisher's prior written consent in any form of binding or cover other than that in which it is published and without a similar condition including this the rights under copyright reserved above, no part of this publication may be reproduced, stored in or introduced into a retrieval system, or transmitted in any form or by any means (electronic, mechanical, photocopying, recording or otherwise), without the prior written permission of both the copyright owner and the above-mentioned publisher of this book.

அந்த முகமற்ற ஆளை நான் பழி தீர்த்துக்கொள்ளப் போவது ஒரு திரிகால சத்தியம். எப்போது எங்கே எப்படி என்பது தெரியாது. அவனை நான் தேடிக்கொண்டுதான் இருந்தேன். போலீஸ்காரர்கள் தேடி அலுத்து, கேஸை க்ளோஸ் பண்ணலாம். என்னைப் பொருத்தவரையில் அப்படி இல்லவே இல்லை. என் வாழ்நாள், ஏன் வாழ்நாளைத் தாண்டி அடுத்த ஜென்மத்தில்கூட அவனைத் தேடுவேன்.

1

தேடாதே
தேடினால் காணாமற் போவாய்
வழிகள் மாற்றி வைக்கப்பட்டிருக்கின்றன.

- புவியரசு

'கொஞ்சம் அப்படி சாஞ்சுக்கங்க!'

'இப்படியா சார்?'

'இல்லை. கொஞ்சம் இடது பக்கமா, தட்ஸ் இட்! அப்புறம் மார்ல அந்த ஸாரியை லேசா... ஓ யெஸ். போதும். ப்யூட்டிஃபுல். கொஞ்சம் சிரிங்க! என் இடது கையைப் பாருங்க! ரிலாக்ஸ். தட்ஸ் இட்.'

அப்பெர்ச்சர் எஃப் 8.

கேமராவின் கழுத்தைத் திருக அந்தப் பெண் என் வ்யூ ஃபைண்டரில் தீட்டப்பட்டாள். அவளை நிறையவே பார்க்க முடிந்தது.

க்ளிக்.

'தாங்க்ஸ், நீங்க டிரஸ் சேஞ்சு பண்ணிக்கிட்டு வாங்க.'

'நீச்சல் உடை இருக்குதுங்க. நல்லா இருக்கும்னு பேபி சொல்லிச்சு.'

'போட்டுக்கிட்டு வாங்களேன்.'

உள்ளே சென்றாள்.

சென்றவளின் பெயர் தெரியாது எனக்கு. வீட்டுக்குள் மாடி அறையில் நீச்சல் உடையில் பாய்ச்சல் காட்டுகிற மாதிரி போட்டோ எடுத்துக்கொள்ள இவர்கள் எல்லோருக்கும் ஆசை. நம் நாட்டுப் பெண்களுக்கு உடம்பு வாகு கிடையாது. இடுப்பு பெரிசாக இருக்கும். கால்கள் குட்டையாகவும் தொடைகள் ஒன்று சேர்ந்தும் இருக்கும். எனக்கென்ன! காசு கொடுக்கிறார்கள்; எடுக்கிறேன்.

சிகரெட் பற்ற வைத்துக்கொண்டு மொட்டை மாடிக்கு வந்தேன். இலை அசங்கவில்லை. உஷ்ண ராஜ்யம். தென்னை மரத்தில் ஒரு காகம் வெயிலில் கரையக்கூடத் திராணி இல்லாமல் ஸ்தம்பித்து உட்கார்ந்திருந்தது. தூரத்தில் பள்ளிக்கூடத்தில் ஜன்னல் ஜன்னலாகப் பெண்கள். பெரும்பாலும் ஒழுங்காகக் கல்யாணம் செய்துகொண்டு குடியும் குடித்தனமுமாகப் பிள்ளைகள் பெற்றுக் கொண்டு சரித்திரத்தில் இடமில்லாமல் சரியப் போகிறார்கள். ஒரு சில பெண்கள் இடறிப்போய் உதறப்பட்டு... இவள் மாதிரி..

ஜோல்னாப் பைக்குள் கைவிட்டு கோதார்டின் திரைக்கதையைப் பிரித்தேன். என்றைக்காவது ஒரு நாள் பட்டாம்பூச்சி ஆகக் காத்திருக்கும் புழு நான். படித்தது எம்.ஏ. ஆங்கில இலக்கியம். தொழில்... பார்த்தீர்களே, இந்த மாதிரி கோடம்பாக்கம் கேஸ்களை எல்லாம் 'உட்காரு, படு' என்று சொல்லி க்ளிக் க்ளிக். பிரசுரிக்கப் பத்திரிகைகள் இருக்கின்றன. ஆல்பத்தில் விரலை ஓட்ட போதை நிறைந்த சினிமாச் சீமான்கள் இருக்கவே இருக்கிறார்கள். எடுத்துடறேன். அவ்வளவுதான். அதற்கப்புறம் நடப்பது இருட்டு. என் பேர் கணபதி சுப்ரமணியம். இவ்வளவு பெரிய பெயரை வைத்துக்கொண்டு இந்த அவசர உலகத்தில் பிழைக்க முடியுமா? எனவே பல பேருக்கு ஜி.யெஸ். என் முழுப் பெயர் அவர்களுக்குத் தெரியாது.

ஜி.யெஸ்ஸை நீங்கள் தமிழ்ப் பத்திரிகைகளில் பார்த்திருக்கிறீர் கள். 'புகைப்படம் ஜி.யெஸ்' என்று குமுதம், இதயம், கல்கி, குங்குமம், சாவி, விகடன் என்று எல்லாப் பத்திரிகைகளிலும் வெளிவந்திருக்கின்றன. இருக்கிற சினிமாப் பத்திரிகைகளுக்கு எல்லாம் கவர்ச்சிப் படங்கள் சப்ளை அடியேன்தான். ஆனால், இந்தப் பெண்ணை இப்போது நான் எடுக்கும் போட்டோக்கள்

எந்தப் பத்திரிகையில் வரும் என்று கியாரண்டியாகச் சொல்ல முடியாது. தியாகராஜன் என்பவர் விலாசம் கொடுத்து, அங்கே போய் போட்டோ எடுங்கள் என்றார். ஒரு மிடில்மேன். போட்டோ பிடித்து ஏதாவது ஒரு சினிமாப் பத்திரிகையில் பிரசுரிக்க வைக்கவேண்டியது அவர் வேலை. அதற்கு மொத்தம், சில்லறை என்று உண்டு. எனக்கு காப்பிக்கு இவ்வளவு என்று ரேட்டுகள். டெவலப்பிங் எல்லாம் நான்தான் செய்கிறேன். ஜி.என். செட்டி ரோடு சந்தில் ஸ்டூடியோ வைத்திருக்கிறேன்.

இந்தத் தொழிலில் நிறையப் பெண்களைப் பார்த்துவிட்டேன். சினிமா ஒரு சாகசக் கன்னி. அவள் செய்கிற அட்டகாசம் பற்றி 250 பக்கத்துக்கு என்னால் புஸ்தகம் எழுத முடியும். இப்போது இந்தப் பெண்கூடச் சினிமாவில் அடி எடுத்து வைக்கவேண்டும் என்கிற ஆசையில்தான் இத்தனை டிரஸ் போட்டுக்கொண்டும் கொள்ளாமலும் இத்தனை காட்டுகிறாள். இப்போது நீச்சல் உடையில் வரப் போகிறாள். அப்படியே 'மேல இருக்கிறதை கொஞ்சம் ரிமூவ் பண்ணி ஒரு ஷாட் எடுத்துறலாமே' என்றால் 'தாராளமா' என்று 'பத்தினி தெய்வம் கண்ணகி' என்பதற்குள் கழற்றிவிடுவாள்... சினிமா!

என்னைப் பொருத்தவரையிலும் எல்லாப் பெண்களும் எனக்கு ஒன்றே. எல்லோரும் என் நிக்கானின் வ்யூ ஃபைண்டரில் தெரியும் எஸ்.எல்.ஆர் பிம்பங்கள். அவ்வளவுதான். ஒருத்தியைத் தொட்டதில்லை. ஒருத்தி மேலே பட்டதில்லை. ஒருத்தியை அசிங்கமாகப் பேசினதில்லை. காதல் தீட்டுகள் கிடையாது. நான் எடுக்கும் போட்டோக்களில் அசிங்கம், போர்னோ இருக்காது. ஆனால், பெண் உடம்பு ஒரு கலைப்பொருள், கலைக்கண் களோடுதான் நான் பார்க்கிறேன் என்பதெல்லாம் ஜல்லி, ரீல், உடான்ஸ், ஜபேட்டு!

நான் ஏறக்குறைய என் கேமராவில் பிற்சேர்க்கை ஆகிவிட்டேன். அவ்வளவுதான்.

இவள்கூட எல்லோரையும் போலத்தான் என்று நினைத்தேன். தவறு.

நீச்சல் உடையில் அவள் வரக் காத்திருந்தேன். சிகரெட்டு பிடித்து முடித்தாகிவிட்டது. மறுபடி அந்த அறைக்குள் வந்தேன். சற்று வசதியாகவே இருந்தது. மீன் முகத்தில் சுவரில் ஒரு வாஸ்போல

இருக்க, அதில் பிளாஸ்டிக் மலர்கள் செருகியிருந்தன. மேஜை மேல் ஒரு டூ இன் ஒன் இருந்தது. காஸெட்டுகளுக்கு என்று ஒரு சின்ன சுற்றுப்பெட்டி இருந்தது. அலமாரியில் நிறையக் கோப்பைகளும் மெடல்களும் இருந்தன. ஏதோ ஒரு ஊரில் ஏதோ ஒரு உயர்நிலைப் பள்ளியில் க்ரூப் போட்டோவில் அத்தனை பெண்களும் பாவாடை தாவணி அணிந்திருக்க, நட்ட நடுவே ஒரே ஒரு ஆள். கீழ் தட்டில் வரிசை வரிசையாக ஆங்கிலப் புத்தகங்களைப் பார்த்துத் திடுக்கிட்டேன். ஒரு புத்தகத்தின் முதுகில் பெயரைப் பார்த்தேன்.

Zen and the Art of Motorcycle Maintenance.

'ரெடி சார்!'

திரும்பினேன். நீச்சல் உடை பொருந்தியே இருந்தது. கால்கள், நீளமாகவும் தொடை அரைபடாமலும். சற்று வித்தியாசமானவள்.

'இது யார் ரூம்' என்றேன்.

'என் ரூம்தான்.'

'அப்ப இந்தப் புஸ்தகமெல்லாம் யார் படிக்கிறாங்க?'

'நான்தான். ஏன்?'

ஏன் என்று எப்படிச் சொல்வேன்? பெண்களில் உன் போன்றவர்கள் எல்லாம் 'ராணி'யில் படக்கதைக்குமேல் படிக்க மாட்டார்கள். நீ எப்படி Zen படிக்கிறாய் என்று கேட்பது அநாகரீகம். பேச்சைத் தவிர், கேமரா மூலம் பேசு.

'உக்காருங்க.'

உட்கார்ந்தாள். சின்ன மார்பும், இலை போன்ற வயிறும், நீண்ட கால்களும். நிதானமாக ஃபோகஸ் செய்தேன்.

'முழங்காலை முதல்ல கட்டிக்கங்க!'

ஃப்ளாஷ் கைடு நம்பர் 80100 ஏஎஸ்ஏ, பத்தடி தூரத்தில் எடுக்கிறோம் என்றால் அபெச்சர் எவ்வளவு கொடுக்கவேண்டும் என்று மனக்கணக்குகளில் எண்ணங்களைக் கட்டாயப்படுத்தினேன். அவள் கலைத்தாள்.

'சிரிக்கவேண்டாம்.'

'ஏன் நல்லா இல்லையா?'

'இந்த போஸுக்கு சிரிச்சா நல்லால்லே.'

'சிரிக்கவேண்டாம்னு சொன்னா சிரிப்பு வருது' என்றாள்.

'சிரியுங்க. சிரிச்சு முடிச்சுட்டு வாங்க. அப்புறம் எடுக்கலாம்.'

'கோவிச்சுக்கறீங்களா?'

'என் தொழில்ல கோபமே கூடாதுங்க!'

'என் தொழில்லயும்!'

'சிரிச்சாச்சா?'

'ஆச்சு.'

'கொஞ்சம் நேச்சுரலா இருங்க. பட்! மறுபடி சிரிக்கிறீங்களே!'

'சார்! என்னால் சிரிக்காம இருக்க முடியல இப்போதைக்கு.'

'சரி, கொஞ்சம் ரெஸ்ட் கொடுக்கலாம். ஏதாவது பேசுங்க.'

'நீங்கதானே ஜி.யெஸ்.'

'ஆமாம்.'

'உங்க போட்டோக்களில் டெப்த் நிறைய இருக்குது.'

டெப்த்! ஒரு புத்திசாலி வார்த்தை. அவளை நேராகப் பார்த்தேன்.

'படிச்சிருக்கீங்க!' என்றேன்.

'பி.ஏ. லிட்! எலிஸபெதன் டிராமா! பின்ன ஏன் இந்தத் தொழிலுக்கு வந்தீங்க - கேள்வி அதானே?'

'ஹாலிவுட்ல பிரசித்தமா ஒரு லைன் உண்டு.'

"What's a girl like you doing a place like this?'

'தெரியுமா? வெரிகுட்! உங்க பேர் கேட்டே ஆகணும்.'

'அருணா.'

'ஏதாவது ஃபிலிம்ல சிவாஜிக்குத் தங்கையா வந்திருப்பீங்களே?'

'இல்லை! இன்னும் இல்லை. அது இரண்டாம் படி. நான் இப்ப முதல் படியே தாண்டலை. 'சட்டம் என் கையில்' பார்த்தீங்களா?'

'வெய்ட் எ மினிட்! கமல் குடிச்சிட்டு டான்ஸ் ஆடறப்ப...'

'பின்னால நடனம் ஆடற பெண்களில் ஒருத்தி!'

'பி.ஏ. லிட்ரேச்சர், எலிஸபெதன் டிராமா!'

'நீங்க?'

'எம்.ஏ. லிட்ரேச்சர்.'

வசீகரமாகச் சிரித்தாள். க்ளிக்!

'பின்ன ஏன்?' - என்னை, என்னைப் போலவே கேட்டாள்.

நான் சற்று சிரித்தேன். 'இப்ப என்ன?'

'ஐ.வி. சசி மாதிரி ஒரு ஆள் என்னைப் பார்த்து பிடிச்சுப்போய் திடீர்னு என்னை 'பகல் நேரப் படுக்கைகள்'னு ஏதாவது ஒரு படத்தில் கதாநாயகி ஆக்கி ஸ்விட்சர்லாந்து கூட்டிட்டுப் போவாங்களான்னு ஒரு சின்ன சிண்ட்ரெல்லா ஆசை. அதுக்கெல்லாம் மச்சம் வேணும்.'

'மறுபடி ஆரம்பிக்கலாமா? சிரிப்பு வராதே?'

இப்படியே... கீழே கார்ப்பெட்... நல்ல கண்ட்ராஸ்ட் இருக்குது. மல்லாந்துக்கங்க பார்க்கலாம். நீங்க பாட்டுக்கு இங்கே அங்கே புரண்டு பேசிக்கிட்டுப் போங்க - க்ளிக் - உங்க பேர் அருணாங் கறது - க்ளிக் - எனக்குப் புரியலை - க்ளிக் - இப்ப சிரிச்சா நல்லா இருக்கும் - சிரிப்பு வரலியா? ஒரு ஜோக் சொல்லட்டுமா? அவள் மேல் படாமல் அவளுக்குக் குறுக்கே மண்டி போட்டுக்கொண்டு கேமராவை மாற்றி சில... ஒரு ஜோக் சொல்லட்டுமா... ஒருத்திக்கு ரெட்டைக் குழந்தைகள். மூணு வயசிலே பொண்ணும் பிள்ளையும். இரண்டையும் ஒரு நாள் சேர்த்து வெச்சுக் குளிப்பாட்டிக்கிட்டு இருந்தாளாம். அப்ப பொண்ணு கேட்டுச்சாம்...

'ரேஷனேல் ஆஃப் தி டர்ட்டி ஜோக்' என்றாள்.

'படிச்சிருக்கீங்களா?' க்ளிக் - க்ளிக்!

ரோல் தீர எடுத்தேன். 'கொஞ்சம் இருங்க. ரோல் மாத்திடறேன். நீங்க அதுக்குள்ள சட்டை கிட்டை ஏதாவது...'

'நீங்க போட்டுட்டு இருக்கிற சட்டை நல்லாயிருக்கு.'

'நான் ஒண்ணும் பேகன் இல்லை. மேலும் உங்களுக்குப் பெரிசா இருக்கும்.'

'இந்த 'உங்களுக்கு' பிசினஸ் எல்லாம் வேண்டாம்! அப்புறம், இந்தத் தங்கச்சி அக்கா அது இது எல்லாம் ஆரம்பிக்கும்! வேண்டாம். 'உனக்கு' சொல்லுங்க!' உள்ளே சென்றாள். வசீகரமான பெண்.

ஜீன்ஸ் போட்டுக்கலாமா என்றது கதவு.

'போட்டுக்கலாம்.'

'நீங்க சட்டையைக் கேட்டப்புறம் எனக்கு நினைவு வரது! ஒரு ஆள் போட்டோ பிடிச்சுக்க என்கிட்ட வந்தார். சரியான சட்டை கூட இல்லை. பாவம், என் சட்டையை அவிழ்த்துக்கொடுத்துப் போட்டுக்கச் சொல்லிப் படம் எடுத்தேன்! இப்ப அந்த ஆள் பெரிய ஆளு!'

'யாரு, பாரதிராஜாவா?'

'சேச்சே! இன்னொருத்தர்!'

'யாரு?'

'சொல்லமாட்டேன். கிசுகிசு பாணியில சொல்லப்போனா இரண்டெழுத்துள்ள இளம்பிறை நடிகர்!'

வெளியே வந்தாள்.

'வாவ்!' என்றேன். 'நான் எத்தனையோ பெண்களை போட்டோ எடுத்திருக்கேன்; இந்த வரைக்கும் வாவ் சொன்னதில்லை.'

'இது ஒண்ணும் நல்லதுக்கு இல்லை! கொஞ்சம் பழகின பாதையில் போய்க்கிட்டு இருக்கு உரையாடல்!'

நான் புதிய ரோலைப் போட முற்பட, புதிய ரோல் கொண்டுவர மறந்துவிட்டேன்!

'ஸாரி, ஃபிலிம் இல்லை! வீட்டுக்குப் போய் எடுத்துட்டு வரணும்!

'பின்ன இதுவரைக்கும் எடுத்தது எல்லாம்?'

'அதெல்லாம் ஃபிலிம் இருந்துதான் எடுத்தேன்!'

'அதானே பார்த்தேன். சும்மா வெறும் டப்பாவைத் தட்டிக்கிட்டு இருந்தீங்களோன்னு... சரி, அப்ப பேண்ட் மாட்டிக்கிட்டது வேஸ்ட்டா?'

'நான் ஸ்டுடியோவுக்குப் போய் எடுத்துட்டு வந்துடறேன்!'

'கார்ல வந்திருக்கீங்களா?'

'இல்லை, ஜாவா!'

'அப்ப ஒண்ணு செய்யுங்க! என்னை மவுண்ட் ரோடில் விட்டுடுங்க. ஒரு ஆளைப் பார்க்கணும் எனக்கு...'

'பாக்கி போட்டோ? தியாகராஜன் மூணு ரோல் எடுக்கச் சொல்லியிருக்காரு!'

'சாயங்காலம் வர முடியுமா?'

'எத்தனை மணிக்கு?'

'ஏழு ஏழரைக்கு மேல?'

'சரி, வரேன்.'

அவள் தன் வீட்டின் கதவைப் பூட்டினாள்.

'தனியாவா இருக்கீங்க?'

'கூட ஒரு உறவுக்காரப் பொம்பள இருக்குது. 'கல்யாணராமன்' போயிருக்குது. நாலாந்தரம்!'

வீடே ஒதுக்குப்புறமாக இருந்தது. கட்டாத மனைகள் நிறைய இருக்கும் புதிய காலனி. அண்ணாமலைபுரத்தைத் தாண்டி...

'ஊருக்குள்ள வீடு அகப்படலையா உங்களுக்கு?'

'ஊருக்கு வெளியிலே இருந்தா சில சௌகரியங்கள் இருக்குது!'

'என்ன சௌகரியங்கள்?'

'ஜி.யெஸ், நீங்க ஜாஸ்தி கேள்வி கேக்கறீங்க!'

'ஸாரி. நன் ஆஃப் மை பிஸினஸ்!' என்று மோட்டார் சைக்கிளை உதைத்தேன். கேமரா சாதனங்களை தோளில் போட்டு, ஜாக்கிரதையாக பெட்ரோல் டாங்க்மீது வைத்துக்கொண்டேன். லென்ஸ் பெட்டிகளைப் பக்கவாட்டுப் பெட்டியில் திணித்து அவளுக்கு இடம் பண்ணிக் கொடுத்தேன்...

'யோசிச்சுப் பார்த்தா என் மோட்டார் சைக்கிள்ல ஏர்ற முதல் பெண்மணி நீங்க!'

'கை தட்டுங்க! கற்பு ஜாஸ்தின்னு தெரியுது உங்களுக்கு!'

புறப்பட்டோம்.

என்மேல் இயல்பாகப் பட்டுக்கொண்டே வந்தாள்.

'அடிக்கடி ப்ரேக் போடறீங்க!'

'உலகத்தின் ஆச்சரியங்களைக் காலி பண்ணவே முடியாது!'

'ஏன்?'

'நீங்க Zen படிக்கிறீங்களா?'

'ஒரு கதை சொல்லட்டுமா?'

'சொல்லுங்க!'

'நான்-இன். ஒரு குருவுடைய பேரு. *1912* வரை இருந்தவர். இவரைப் பார்க்க ஒரு புரொபசர் வந்தாராம். 'ஜென்'ன்னா என்னன்னு கேட்டாராம்.

'நான்-இன் அவருக்கு முதல்ல ஒரு கோப்பையில் டீ ஊத்திக் கொடுத்தாராம். கோப்பை நிரம்பிப் போச்சு. இவர் ஊத்திக் கிட்டே இருக்காரு! புரொபசர் பார்த்துக்கிட்டே இருக்கார். 'கோப்பை ரொம்பிப் போச்சு! வழியுது! மேலே மேலே ஊத்தறீங்களே?' 'இந்தக் கோப்பையைப் போல நீ, உன்னுடைய சொந்த அபிப்பிராயங்கள், கவலைகள், சந்தேகங்களாலேயே நீ

ரொம்பிக் கிடக்கிறே. உனக்கு நான் எப்படி ஜென்னுனா என்னன்னு சொல்ல முடியும்! முதல்ல உன் கோப்பையைக் காலி பண்ணிக்கிட்டு வா.' படிச்சிருக்கீங்களா?'

'படிச்சிருக்கேன்; ஆனா நீ சொல்லி ஒரு தடவை கேட்கலாம்னுட்டுதான் சும்மா இருந்தேன்! அருணா! ஐ லைக் யூ!'

'எதிர்த்தாப்பல பஸ்ஸு!'

அவளை மவுண்ட் ரோடில் உம்மிடியார் செண்டருக்குள் இறக்கி விட்டேன். அந்தக் கண்ணாடிக் கதவைத் திறந்துகொண்டு யாரையோ பார்த்து 'ஹாய்' என்று சொல்லி அவள் சிரித்தபோது என் வயிற்றில் பொறாமை மூண்டது. நான் பார்த்தது அவளின் ஒரு சிறு பகுதியைத்தான். இன்னும் நிறைய 'அவள்' இருக்கிறாள். தேடவேண்டும்!

2

ஸ்டூடியோவுக்கு வந்ததும் டெலிபோன் ஒலித்துக் கொண்டிருந்தது. எடுத்தேன்.

'ஜி.யெஸ்! நான்தாண்டா சிவம்!'

'சொல்லு!'

'ஒரு சாவு, போய்ட்டு வரியா?'

'நான் சாவுக்குப் போறதில்லைன்னு எப்பவோ தீர்மானிச் சுட்டேன்.'

'பணக்காரச் சாவு!'

'அதுவும் பணக்காரச் சாவுக்கு!'

'டேய், டேய். ஒரே ஒரு தடவை! நான் தவற முடியாத ஆசாமிடா, எனக்கு அர்ஜெண்டா ஒரு மேரேஜ் அட்டெண்ட் பண்ணணும்!'

'மேரேஜெல்லாம் நீ எடுத்துக்க! சாவை எங்கிட்ட தள்ளிடு!'

'என்ன செய்யறது? எதிர்பாராம வந்துட்டுது. நான் ரத்தினத்திங் கிட்ட கேட்டேன், 'ஏன்யா ஒரு நாள் முன்னாடி சொல்லக் கூடாதா'ன்னு! இப்ப வந்து சொல்றான்.'

'சிவம்! ஒரு விவரம் வேணும் எனக்கு.'

'என்ன சொல்லு?'

'அருணான்னு ஒரு குட்டி நடிகை பி.ஏ. லிட்.'

'அண்ணாமலைபுரத்துக்கு அப்பால தனியா பச்சை கேட்டு போட்ட வீடு! லவ்லி கிட். நான் ஆசை தீர எடுத்திருக்கேன். இண்டலக்சுவல்.'

'அவளைப் பத்தி?'

'நிறையவே தெரியும். நீ போய்ட்டு வந்துடேன். பொணத்தை எடுக்கப் போறாங்க. போட்டோக்காரனுக்குத்தான் காத்திருக்காங்க. நான் கல்யாணத்தில் மாட்டிக்கிட்டு இருக்கேன். முகூர்த்த நேரம்.'

'அட்ரஸ் என்ன சொன்ன?'

3

சரியான சாவுதான். வயசான ஒரு ஆசாமி, வாழ்ந்தது போதும் என்று ராத்திரி போய்ப் பல்லைக் கழற்றிவிட்டுச் செத்துப் போயிருந்தார். திருநெல்வேலிக்காரர் போலும். நிறைய சம்பா தனை; நிறையப் பையன்கள். சிமெண்ட் மொத்த வியாபாரம். அத்தனை சனங்களும் அழுது, மூக்கு சிந்தி, காப்பி சாப்பிட் டாயிற்று. சுத்தமாக எனக்குத்தான் காத்திருந்தார்கள். வருத்தமே இல்லை.

இறந்தவரை உட்கார வைத்துப் பற்பல அலங்காரங்கள் செய்திருந்தார்கள். நெற்றியிலே சந்தனம்; அடைத்த வாயிலே சந்தனம். உயிரற்ற பார்வை. காதில் சந்தனம் வைத்து அதில் ஒரு ஊதுவத்தி செருகியிருந்தார்கள். சின்னப் பையன்கள் டமுக்கு டப்பா அடிக்கு ஏற்பக் குதித்துக்கொண்டிருந்தார்கள். நான் போகவும் கலைந்த தலைமயிரைச் சரிப்படுத்திக்கொண்டு பெரிய வருக்குப் பக்கத்தில் வரிசையாக என்னைப் பார்த்துக்கொண்டு நின்றார்கள்.

க்ளிக்!

'துரைபாண்டியன், நல்லகண்ணு, வாய்யா. பகவதியம்மா வாங்க.'

பகவதியம்மாள் வெற்றிலையைத் துப்பிவிட்டு அழுகையைத் தொடர்ந்தாள்.

பத்துப் பவுன் செலவழிச்சு
படுக்க மெத்த உண்டு பண்ணி

படுத்தா அழுத்த மின்னா
பாய்போட்டா காந்து மின்னா
பகவானோட பஞ்சு மெத்த
படுக்க சுகமாச்சா?

'எப்பங்க போட்டா வரும்?'

'நாளைக்குங்க!'

'சாயங்காலம் கொடுத்துட்டீங்கன்னா நல்லது. அவரு இருக்கிறப்போ போட்டோவே எடுத்து வைச்சுக்கலெ.'

4

ஸ்டுடியோவுக்குத் திரும்பியபோது மணி மூன்றுக்கு மேல் ஆகிவிட்டது.

ஸ்டுடியோவுக்குப் பின்னால்தான் என் அறை. என்றைக்காவது ஒரு நாள் புத்தகங்களை அடுக்கிவைத்து, பெருக்கி சுத்தமாக்கத் தான் போகிறேன். ஸ்டுடியோ கொஞ்சம் சுமாராக இருக்கும். மூன்று ஃப்ளட்லைட் நடுவே ஒரு ஸ்டூல். பின்னணியில் வெளிர் நீலம். சிம்பிள் டார்க் ரூம், தனியே வைத்திருக்கிறேன். டார்க் ரூமிலேதான் என் அத்தனை சாமர்த்தியங்களும் வெளிப்படும். எட்டுக்கு ஆறடி, பத்தடி உயரம். ஏதோ சித்ரவதை சிறைபோல். உள்ளே கறுப்பு பெயிண்ட் அடிக்கவேண்டிய அவசியமே இல்லை. வெளிச்சம் புகாமல் இருந்தால் போதும். குழாய்த் தண்ணீர், டைமர், டெவலப்பிங் டாங்க், க்ளேஸிங் மெஷின், ட்ரிம்மர், பிரிண்டிங் பாக்ஸ், தெர்மா மீட்டர், தராசு, என்லார்ஜர், ஸோலார் கேலி...

எதற்கு விவரங்கள்... அந்த இருட்டு அறையில்தான் என் சகல சக்திகளும் இருக்கின்றன.

வாசற்புறம் ஒரு கண்ணாடிப் பெட்டியில் எனக்குப் பிடித்த சில முகங்கள். ஒன்றிரண்டு இந்திய கேமராக்கள், விற்பதற்கு. மெர்க்குரி லைட். ஒரு மேஜை நாற்காலி. அவ்வளவுதான் இடம். எதிர்த்தாற்போல் வந்தவர் உட்கார்வதற்கு ஒரு ஸ்டீல் நாற்காலி.

அந்த நாற்காலியில் கொசகொச என்று தொப்பி போட்டுக் கொண்டு ஒருவர் உட்கார்ந்திருந்தார். சில்க் சட்டை போட்டுக்

கொண்டு கச்சலாக இருந்தார். கைகளில் அனாவசிய மோதிரங்கள், சந்து பூரா அவரிடமிருந்து 'சார்லி'யின் மணம் பரவியிருந்தது.

'வணக்கம்!'

'வாங்க, என்ன வேண்டும்?'

'ஒரு போட்டோ எடுக்கணும்!'

'எடுக்கலாம்!'

'ஒரு ஆளோட எடுத்துக்கணும்!'

'சரி! அவரு வராரா?'

'இல்லீங்க!'

'பின்னே?'

'எம்.ஜி.ஆர்.கூட போட்டோ எடுத்துக்கனுங்க!'

'அவரு இங்க வரமாட்டாரு! நான் உங்ககூட கோட்டைக்கு வரவும் முடியாது!'

'அப்படி இல்லீங்க! என்னைத் தனியா எடுத்திருங்க, அப்புறம் அவர் போட்டோ பக்கத்தில் வெச்சு ஒட்டவெச்சு ரெண்டு பேரும் நிக்கறாப்பல எடுத்துக் குடுத்துட்டீங்கன்னா, அதென்ன சொல்வாங்க ட்ரிக்கு...'

'எதுக்கு?'

அவன் சற்று அசட்டுத்தனமாகச் சிரித்தான்!

'ஊரில் ஒரு காரியம் செஞ்சுட்டேன்! எம்.ஜி.ஆரைத் தெரியும்னு சொல்லிட்டு ரெண்டாம் கல்யாணம் செஞ்சுட்டேன். பட்டணம் போறப்பல்லாம் பீபீ கேக்குது, அவருகூட ஒரு போட்டோ எடுத்துக்கிட்டு வந்துருங்கன்னு. ஏழெட்டு தபா அவரு ஊர்ல இல்லை, வெளிநாடு போயிருக்காரு, டில்லி போயிருக்காருன்னு சொல்லி சமாளிச்சுட்டேன். சந்தேகப்பட ஆரம்பிச்சுட்டாங்க! அதனால எப்படியாவது அவர்கூட நிக்கிற மாதிரி ஒரே ஒரு போட்டோ எடுத்துக் குடுத்துடுங்க!' அவன் கையில் பொம்மை இதழில் எம்.ஜி.ஆர். சிரித்துக்கொண்டிருந்தார்.

நானும் சிரித்தேன்! 'பேசாம வீட்டுக்குப் போய், 'எம்.ஜி.ஆரை எனக்குத் தெரியாது; விளையாட்டுக்குச் சொன்னேன்'னு சொல்லிடுங்க. பிற்காலத்துக்கு நல்லது. எவ்வளவு பொய் சொல்லிக்கிட்டே போவீங்க?'

'அதெப்படீங்க? நம்ம மரியாதை என்னாறது.'

'ஏன்யா! உனக்கு மட்டும்தான் மரியாதையா, எனக்கு மரியாதை இல்லியா. நீ பொய் சொன்னேன்னா அதுக்காக நானும் போட்டோல பொய் சொல்லணுமா?'

'பணம் தந்துர்றேங்க. எவ்வளவு வேணும்?'

'நேரா உங்க ஊருக்குப் போங்க. மாரியம்மன் திருவிழா. காங்கிரஸ் எக்சிபிஷன் ஏதாவது வந்தா அதில படுதா போட்டு, போட்டோ எடுக்கிறவங்க இருப்பாங்க, அவங்ககிட்டே போங்க.'

அவன் எழுந்தான். 'ரஃபாப் பேசறியே. நம்ம பேட்டை பக்கம் வருவே இல்லே.'

'வரேன் போய்யா.'

வெளியே டாக்சி காத்திருந்தது...'போப்பா.'

'எங்கங்க?'

'அண்ணாமலைபுரத்துக்கு.'

எனக்கு மறுபடி வயிற்றில் கத்தி.

5

நாலரை மணிக்கு சிவகுமாருக்கு போன் செய்தேன். 'கல்யாணத்துக்குப் போயிருக்காங்க. வர ராத்திரி லேட்டாகும்னு சொன்னாரு. ரிசப்ஷன் முடிஞ்சப்புறம்தான் வருவாருன்னு தோணுது!' என்றாள் மாலினி.

'எந்தக் கல்யாண மண்டபம் தெரியுமா?'

'ஹபிபுல்லா ரோடிலன்னு சொன்னதா ஞாபகம்.'

'தாங்க்ஸ் மாலினி. குழந்தை எப்படி இருக்கு?'

'நல்லாத்தான் இருக்கு! ஆனா நோஞ்சலா இருக்குது. சாப்பிடப் படுத்துது. இருக்கிற அமுல் ஸ்ப்ரேயை எல்லாம் இவர் தின்னுக் கிட்டு இருக்கார்!'

சிரித்தேன்.

'வீட்டுப்பக்கமே வர்றதில்லை. ரொம்ப பிஸியா? ரதி மேரேஜ் பண்ணிக்கப் போறதாமே. நிஜமா? யாரை?'

'மன்மதனா இருக்கும்!'

'அப்படி ஒரு ஆக்டரா?'

'எனக்கு அதெல்லாம் தெரியாது மாலினி... வெச்சுடட்டுமா?'

'சரி.'

வைத்துவிட்டு யோசித்தேன். ஸ்டூடியோவுக்கு யாரும் வருவதாகத் தெரியவில்லை. சந்தே சந்தடியில்லாமல் இருந்தது.

மெயின் ரோடில் திருமலைப்பிள்ளை மூலையில் ஒரு இடம் கிடைத்தது. பகடி, வாடகை எல்லாமே அதிகப் பணம் இல்லை. என் நண்பன் சிவம்போல சம்பாதிக்கும் சாமர்த்தியமும் இல்லை. சிவத்திடம் இருக்கும் சில நெகட்டிவ்கள் லட்சம் பெறும். இப்போது முன்னணியில் இருக்கும் சில நடிகைகள் முன்னணியில் இல்லாதபோது எடுத்த போட்டோக்கள் அவை. அருணாவின் ஞாபகம் வந்தது. அவளும் ஒரு நாள் நிச்சயம் பிரபலம் ஆகப்போகிறாள். இப்போதே எடுத்து வைத்துக் கொண்டு விடலாம். இன்று மாலை மற்றொரு ரோல் எடுக்கும் போது கொஞ்சம் விஸ்தாரமாக எடுத்துக் கொண்டுவிடலாம்!

சிவகுமாரைப் பார்க்க அந்தத் திருமண மண்டபத்துக்குச் சென்றேன். ரிசப்ஷன் அப்போதுதான் தொடங்கியிருந்தது. சிவம் நாற்காலிமேல் நின்றுகொண்டு பளிச் பளிச் என்று வருவோர் போவோரை எல்லாம் மாப்பிள்ளை பெண்ணுடன் சகட்டுமேனிக்கு வைத்து எடுத்துக்கொண்டிருந்தான்.

மாப்பிள்ளை கண்ணாடி போட்டுக்கொண்டு தொளதொள என்று டிஜிட்டல் வாட்ச் அணிந்திருந்தான். பெண் சாயங்காலம் பூரா ப்யூட்டி கிளினிக்கில் செய்துகொண்ட அலங்காரங்கள் கலையாமல் இருக்க இஜிப்ஷியன் மம்மிபோல செயல்பட்டுக் கொண்டிருந்தாள். புன்னகை செய்தால் அதை அப்படியே அஞ்சு நிமிஷம் வைத்துக்கொண்டு அப்புறம்தான் கழற்றினாள்.

ஓரத்தில் அனாதையாக ஒரு பெண்மணி மலயமாருதம் வாசித்துக் கொண்டிருந்தாள். அழுக்கான பிராமணர்கள் டம்ளர் டம்ளராக ஜூஸ் வார்த்துக்கொண்டிருந்தார்கள். அட்டைப் பெட்டிகள், பரிசுப் பொருள்கள் அடுக்கியிருந்தன. சிவம் என்னைப் பார்த்தான்.

'என்ன, ஆச்சா சாவு.'

'ஆச்சு!'

'பொணத்தோட சேர்ந்து குரூப் போட்டோ ஒண்ணு எடுத்திருப் பாங்களே! அப்படித்தான் ஒரு தபா கிருஷ்ணாம்பேட்டை வரைக் கும் டாகுமெண்டரி மாதிரி எடுத்துக்கிட்டே இருக்கணும் னாங்க.'

'சிவம், அந்தப் பொண்ணு.'

'எந்தப் பொண்ணு? இதுல ஒண்ணும் நல்லால்லையே. குமுதம் கவருக்கு வேணும்னா சொல்லு. எத்திராஜில் ஒரு...'

'சிவம்! நான் சொன்னது அந்த அருணா!'

'ஓ! அருணா! அவளைப்பத்தி என்ன? ஏதாவது காதல் கீதல்னா சொல்லிடு!'

'இல்லை, சுவாரஸ்யமான பொண்ணு.'

'ரொம்ப. ஆனா இன்டலக்சுவல், திங்க் ஆஃப் தி டெவில். இதப் பார்றா.'

அருணாதான்.

எனக்கும் திடீர் என்று உற்சாகம் பிறந்தது. இன்று பார்த்த சாவு கிராக்கியும் எம்.ஜி.ஆர் நண்பனும் தந்த வெறுப்பு விருட்டென்று விலகிப் போயிற்று.

'ஹலோ அருணா.' நான்கு மணி நேரத்தில் எவ்வளவு மாறிப் போயிருந்தாள். மெலிய மெஜந்தா நிற ஸாரி, அதற்கேற்ற ரவிக்கை. காதில் ட்ராப்ஸ். கழுத்து மாலை, கால் செருப்பு எல்லாம் மெஜந்தா மெஜந்தா.

'ஹலோ ஜி.யெஸ்! நீங்க எப்படி? ஓ! கேக்கவேண்டாம். போட்டோ.'

'இன்ஃபாக்ட், நான் ட்யூட்டியில் இல்லை.'

'ஹலோ அருணா' என்றான் சிவம்.

'சிவம்! ஓ, நீங்க ரெண்டு பேரும் ஃப்ரெண்ட்ஸா?'

'வேற எப்படி இருக்க முடியும்?'

'கல்யாணத்தை எல்லாம் அவன் கவனிச்சுப்பான். ஃப்யூனரல்ஸ் எல்லாம் எனக்கு. நீங்க எப்படி?'

'உமா என் க்ளாஸ்மேட்.'

'உமாங்கறது?'

'பொண்ணு! பாத்து துக்கம் விசாரிச்சுட்டு வந்துர்றேன், ஒரு நிமிஷம்.'

அவள் நடந்து அவர்களிடம் செல்ல, அந்தப் பிரதேசத்து சாதாரண மனிதர்களின் மத்தியில் அவள் ஒரு சின்ன வசீகரத் தீவாகத் தோன்றினாள்.

'சரியான பாடிடா. நிச்சயம் ஒரு வருஷத்திலே வந்துருவா ஃபீல்டுக்கு!'

'கல்யாணம் எல்லாம் எப்படி நடந்தது?'

'யூஷுவல். தாலி கட்டற சமயத்தில் உனக்கு போன் பண்ணப் போயிட்டனா! நான் வந்தப்புறம் மறுபடி போஸ் கொடுத்தாங்க! தாலி கட்டினாங்க. பாட்டிமார்களையே ஒரு மூணு ரோல் எடுத் திருக்கேன். நான் சொல்றதை ஒண்ணும் கவனிக்கிறாப்பலயே தெரியலையே, உன் கண்ணு அருணாவோடன்னா அலையுது.'

'நிறையப் புஸ்தகம் படிக்கிறா, தெரியுமோ?'

'ரேட்டும் ஜாஸ்தின்னுதான் சொல்றாங்க.'

'கம் எகெய்ன்?'

'தெரியாதா? அஞ்சு நோட்டோ ஆறு நோட்டோ சொல்றாங்க! நின்னு விளையாடுமாம்.'

'சே. அபத்தம்.'

'ஜி.யெஸ், நீ நம்ம தொழில்ல சாஃப்ட் போகஸ், டிஃப்யூஷன், இந்த மாதிரிதான் தெரிஞ்சு வெச்சுக்கிட்டிருக்கே. உனக்குத் தெரியாதது நிறைய இருக்குது.'

'படிச்ச பொண்ணுடா.'

'ஆல் தி மோர் ரீஸன்! இப்ப இருக்கிற பதிவிரதைகள் எல்லாம் மூணாங்கிளாஸுக்குமேல் படிக்காத பெண்கள்தான், தெரியுமா?'

இப்போது அருணா, புன்னகையுடன் மாப்பிள்ளையுடன் பேசிக் கொண்டிருந்தாள். பெண் அவளை அறிமுகப்படுத்துகிறாள். மூவரும் எதற்கோ சிரிக்கிறார்கள்.

மலயமாருதம் முடிந்து தோடி ஆலாபனை தொடங்குகிறது. ஒரு அரை மணிக்கு நெக்கு வாங்கிவிடுவாள். சந்தனப் பேலாவில் ஆறு வயசுப் பெண் கைவிட்டு நனைந்த கையுடன் வயலின் காரரை அணுகுகிறது. 'இந்தப் பாப்பாவை அழைச்சுண்டு

போங்கோ' என்று மைக்கில் கேட்கிறது. இதற்குள் பெரிய மனிதர், மாப்பிள்ளையின் கம்பெனி 'எம்.டி'யாக இருக்கலாம்... வந்து விட, சிவா அழைக்கப்படுகிறான்.

அருணா என்னை நோக்கி வந்தாள்.

'சிவம் என்னைப் பத்தி நிறைய சொல்லியிருப்பாரே!

'ம்...'

'நீங்க நம்பறீங்களா?'

'இல்லை. நம்பலை!'

'ஏன் நம்பலை?'

'ஜாஸ்தி கேள்வி கேக்கறே.'

'பைக்குல வந்திருக்கீங்களா?'

'ஆமாம்.'

'லெட்ஸ் கெட் அவுட்.'

'வித் ப்ளெஷர்.'

அமீன் கடையில் எங்களை சற்று வினோதமாகப் பார்த்தார்கள். டீ வரவழைத்து அதை சாஸரில் கொட்டி உறிஞ்சிக் குடித்தாள் அருணா.

'இத்தனை இரைச்சலிலேயும் மௌனம் இருக்கு, தெரியுமா உங்களுக்கு?' என்றாள்.

சற்று நேரம் மேஜையில் பரப்பி வைக்கப்பட்டிருந்த பேஸ்ட்ரி களைப் பார்த்துக்கொண்டிருந்தாள்.

'சிவம் என்ன சொன்னார்?'

'நெவர் மைண்ட்!'

'என்ன சொன்னார், சொல்லுங்களேன்? பயப்படாதீங்க.'

'பயம் இல்லை, தயக்கம்.'

'என்கிட்ட தயக்கம் வேண்டாம். சொல்லுங்க.'

'நீ சம்பாதிக்கிறதைப் பற்றிச் சொன்னார்.'

'எப்படிச் சம்பாதிக்கிறேனாம்.'

'அருணா, லெட்ஸ் நாட் டிஸ்கஸ் திஸ். அவன் என்ன சொன்னா எனக்கென்ன?'

சற்று நேரம் கழித்து, 'அவர் சொன்னது உண்மைதான்' என்றாள்.

'ஏன்?' என்றேன்.

'எல்லாத்துக்கும் சம்பிரதாயமா பதில் இருக்கு ஜி.யெஸ். ஏழ்மை... வறுமை... இத்யாதி.'

'பதில் இல்லை அது. சால்ஜாப்பு. உயிர் வாழறதுக்கு டீசண்ட்டா எவ்வளவோ வழிகள் இருக்கு. ஸாரி.'

'என்னை மாதிரி எக்ஸ்பென்ஸிவ் ஹேபிட்ஸ் இருந்தா என்ன செய்யறது? பர்ஃப்யூம்ஸ், புத்தகங்கள், நல்ல உடைகள், நல்ல சினிமா...'

'அதுக்காக?'

'எனக்கு கால் விளங்காத தங்கை ஒருத்தி இருக்கா. குடிகார அப்பா, அப்புறம் கண் தெரியாத பாட்டி, எல்லாரையும் காப்பாத்த நான் மட்டும் சம்பாதிச்சு...'

நான் சிரித்தேன். 'முடவனா ஒரு கணவனையும் சேர்த்துக்கலாம். நீ இன்னையில இருந்து எல்லாத்தையும் நிறுத்திட்டு நல்ல பெண்ணாயிடேன்! இன்னிக்கு என்ன ஸ்பெஷல்?'

'இன்னிக்கு ஸ்பெஷல் நீங்கதான் ஜி.யெஸ்.'

நான் சிரித்தேன். 'நல்லா சோப் போடற! எதுக்கும் நான் ராத்திரி ஏழு மணிக்கு வீட்டுக்கு வரட்டுமா? பாக்கிப் படங்களையும் எடுத்துடலாம்.'

'நிச்சயம் வாங்க!'

'ஒரு அரை மணி முன்னே பின்னே இருந்தால்கூட...'

'பரவாயில்லை. இன்னிக்கு நான் வேற எங்கயும் வெளியில போறதா இல்லை! வீக்லி ஆஃப் எனக்கு!'

6

ஸ்டுடியோவுக்குச் சென்றேன். அசிஸ்டெண்ட் வந்திருந்தான். அசிஸ்டெண்ட் யாரு? என் மாமா பிள்ளை ஒருத்தன். பி.காம். படிக்கிறான். சாயங்கால வேளைகளில் வருவான்.

'ராஜேஸ்வரியில் ஏதோ ஃபங்ஷன் இருக்குதாமே. யாரோ ஒருத்தர் போன் பண்ணியிருந்தார். தமிழில விளையாடறார்.'

'ஓ, இலக்கியக்கூட்டம்! மறந்தே போய்ட்டேன். கடையைப் பார்த்துக்க. நான் மயிலாப்பூர் போய்ட்டு திரும்பிவர கொஞ்சம் லேட்டாகும். எட்டரை மணிக்குப் பூட்டிடு.' மோட்டார் சைக்கிளில் புறப்பட்டு ராஜேஸ்வரி கல்யாண மண்டபம் சென்றேன். சாயங்காலம் அந்த வட்டாரத்தில் எங்கேயோ மழை பெய்திருக்க வேண்டும். காற்று குளிர்ந்து என் முகத்திலும் என் தலைமயிர் ஊடேயும் விளையாடியது. இன்றைக்கு என்னவோ நிறைய சந்தோஷமாக இருந்தது. கூடவே எங்கேயோ ஒரு இனம் கண்டுகொள்ள முடியாத உறுத்தலும் இருந்தது. அவளிடம் என்னதான் குறை இருந்தாலும் அவள் படிக்கும் புத்தகங்களும் பேச்சில் உள்ள புத்திசாலித்தனமும்... எனக்கு அவள்மேல் ஒரு ஆர்வத்தை ஏற்படுத்தின. திராட்டிலைத் திருக மோட்டார் சைக்கிள் உற்சாகமாகச் சீறியது. ஜாவாவின் அந்தச் சீரான பட் பட், தட் தட் எனக்குப் பிடிக்கும். மோட்டார் சைக்கிளிலிருந்து நீங்கள் பார்க்கும் காட்சிகள் வித்தியாசமானவை. ஒரு சட்டம் போட்ட டிவி போன்ற பிம்பம் அது. ஒரு சில மோட்டார் சைக்கிள்களில் அப்படி இல்லை. எதிர்காற்றைத் தொடுவது எப்பேர்ப்பட்ட அனுபவம். நடப்பது எல்லாம் நிஜம். டெலி

விஷன் போல பிம்பமல்ல. காலுக்கு அடியில் பறக்கும் காங்கிரீட் நிஜம். நீங்கள் தினம் நடக்கும் காங்கிரீட், இதோ இங்கே இருக்கிறது! ஒரு குழப்பமான பிம்பமாக ஓடும் அந்தச் சாலையை, காலை நீட்டி எப்போதும் தொட முடியும். அனுபவம் முழுவதும் எந்த நிமிஷத்திலும் நம் உணர்விலிருந்து நீக்கப்படுவதில்லை.

நான் ராஜேஸ்வரிக்குச் சென்றபோது கூட்டம் ஆரம்பித்திருந்தது. அவ்வளவு பெரிய ஹாலில் மூன்றில் ஒரு பாகம்தான் கூட்டம் இருந்தது.

'என்ன இப்ப வரீங்க! அமைச்சர் வந்துட்டுப் போய்ட்டாரே!'

'அடடா! ஏழு மணிக்குத்தானே சொன்னீங்க!'

'அஞ்சரைன்னு நிகழ்ச்சிநிரல் அனுப்பியிருந்தோம்.'

'அடடா! அப்ப விகடனுக்குச் சொல்லிடறேன்!'

'ஒரு நிமிஷம், பட்டிமன்றம் நடக்குது! அதை ஒரு நிழற்படம் எடுத்திடுங்களேன்.'

'அவுங்க போடுவாங்களா?'

'நான் தொலைபேசி பண்ணிடறேன்.'

வயசானவர் ஒருவர், 'கீழ்கணக்கு நூல்களுக்குள் நீதி ஆசாரங்கள் பற்றியன பதினொன்றும், திணையொழுக்கம் பற்றியன ஐந்தும், காலம்-இடம் பற்றியது ஒவ்வொன்றும் உள்ளன...' என்று ஒலிபெருக்கியில் பேசிக்கொண்டிருக்க, நான் போய் ஒரு நாற்காலியில் அமர்ந்தேன்.

அருகில் ஒருவர் காதில் டிரான்சிஸ்டர் வைத்திருந்தார்.

'ஸ்கோர் என்ன சார்?'

'நூற்றி இருபத்தெட்டு.'

'எத்தனை விக்கெட்?'

'அஞ்சு விக்கெட்.'

'விஸ்வநாத் அவுட்டா?'

'அவுட்! 62. யஜுர்வேந்தர் ஆடறார்.'

'வரைவிலா மாணிழையார் மென்றோள் புரையிலாப் பூரியர்கள்...' என்றார் பேச்சாளர்.

மத்யானம் கேட்ட ஒப்பாரி இதைவிட நல்ல இலக்கியம் என்று பட்டது. சொன்னால் அடிப்பார்கள். என் தொழில் போட்டோ பிடிப்பது. கேமரா, ஃப்ளாஷ் சார்ஜர் என்று, பண்ணிவைக்கும் ஐயர் எடுப்பதுபோல ஒவ்வொன்றாக எடுத்துக்கொண்டே மேடைக்கு அருகில் சென்றேன்.

பதினெண் கீழ்க்கணக்குக்காரர் என்னையே பார்க்க ஆரம்பித்தார்.

7

மறுபடி அண்ணாமலைபுரத்தை அடைந்தபோது மணி எட்டுக்கு அருகில். அந்த வீட்டு வாசலில் ஒரு கார் நின்று கொண்டிருந்தது. நான் செல்வதற்குமுன் அது கிளம்பிவிட்டது. எனக்கு அப்போதே ஒருமாதிரி ஆகிவிட்டது. அழுத்தினேன். ரொம்ப நேரம் ஆயிற்று! உள்ளே டெலிவிஷனில் தனிப்பட்ட ஆழமான தொனி கேட்டது.

'குருவையில என்ன நடுவீங்க?'

'கருணான்னு ஒரு நெல்லு இருக்குது.'

கதவு திறந்தது. அந்த உறவுக்கார அம்மாள் திறந்தாள்.

'யாரு?'

'அம்பது வயசிருக்கும், மூக்கில் பேஸரி, பெரிசாகப் பொட்டு!

'அருணா இல்லையா?'

'இப்பத்தானே வெளியில போனாங்க. அஞ்சு நிமிஷம்கூட இருக்காது.'

'என்னை வரச் சொல்லியிருந்தாங்களே?'

'போட்டோ பிடிக்கிறவரு நீங்கதானே?'

'ஆமாம்.'

'நீங்க வந்தா காகிதம் குடுக்கச் சொன்னாங்க, உள்ள வாங்க!'

உள்ளே சென்றேன். விவசாயிகள் வி.எச்.எஃப்பில் விதைகளைப் பற்றி நுணுக்கமாகப் பேசிக்கொண்டிருக்க ஒரு அதிகாரி அடிக்கடி கேமராவைப் பார்த்துக்கொண்டிருந்தார்.

அன்புள்ள ஜி.யெஸ்.

உங்களுக்காகக் காத்து காத்து அலுத்துவிட்டது.

தெரிந்தவர் ஒருவர் வந்து கட்டாயப்படுத்தினார்.

மன்னிக்கவும். நாளை சந்திக்கலாம். ஏ

சே.என்று அலுத்துக்கொண்டேன். வரேன் என்று கீழே ஓடினேன். ஜாவாவை உதைத்தேன். ஃபியட் கார் மாதிரி ஞாபகம். நிறைய எட்டுகள் தெரிந்தமாதிரி ஞாபகம். என் ஹெட்லைட்டில் வேகமாகப் போனால் பிடித்துவிடலாம்.

அடையாறு பக்கமா, மயிலாப்பூர் பக்கமா என்று திரும்புவதில் குழப்பம் ஏற்பட்டு அடையாறு பக்கம் திரும்பி இரண்டு மைல் விரட்டினேன்.

ஹூம். காணாமற் போய்விட்டாள். அபத்தமாக இருந்தது. இன்று காலை அவள் யார் என்று தெரியாது. எனக்குப் பேர் தெரியாது. ஊர் தெரியாது. மாலை இப்படி அவளைத் துரத்தி அலைகிறேன். வெட்டித் துரத்தல். எங்கே போனாள் என்று தெரியாமல் ஏதோ ஒரு திசையில் ஏதோ ஒரு தேடல்.

அனுப்பிய முகவரி அதில் இல்லை

ஒரு கடிதம்

அனாதையாகிவிட்டது

என்ற கவிதை ஞாபகம் வந்தது.

நேராக வீட்டுக்கு வந்தேன். ஸ்டூடியோவைப் பூட்டிவிட்டுப் போயிருந்தான் பி.காம். மருமகன். பின்பக்கத்து வீட்டில் சாவி வாங்கிக்கொண்டு திறந்து இருட்டு அறைக்குச் சென்றேன். எனக்கு மறுபடி அருணாவைப் பார்க்கவேண்டும்போல் இருந்தது. பார்த்தே ஆகவேண்டும்போல். மத்யானம் அவளை எடுத்த ரோல்களை காஸட்டிலிருந்து இருட்டில் நீக்கினேன். ரீலை லோட் செய்து டெவலப்பர் சேர்த்து மெதுவாக அதை ஆட்டி ஆட்டி... இருட்டில் நான் செயல்பட்டபோது என் மனத்திரைக்குள் அவள் வடிவங்கள் பளிச்சிட்டன.

‘இப்படியா சார்...’

‘என் தொழில்லயும் கோபமே கூடாது.’

‘ஜி.யெஸ்! நீங்க ஜாஸ்தி கேள்வி கேக்கறீங்க.’

‘இன்னிக்கு ஸ்பெஷல் நீங்கதான் ஜி.யெஸ்.’

தொட்டிக்குள் ஃமிக்ஸர் போட்டு மூணு நிமிஷம் அலைக்கழித்து விட்டு லைட்டைப் போட்டு மறுபடி தண்ணீரில் அலம்பி ரீல்களை உலர்த்தித் தொங்கவிட்டேன்.

நெகடிவ்கள் சுத்தமாக வந்திருந்தன.

நீச்சல் உடையில் மல்லாந்திருந்த பலவித போஸ்கள், அந்தக் கறுப்பு வெளுப்புத் தலைகீழில்கூட அழகாக இருந்தாள். நாளைக்குப் பார்த்தே ஆகவேண்டும் ஜி.யெஸ்! என்ன ஜுரம் இது, புதுசாக இருக்கிறது. பொறுமை இல்லாமல் காத்திருந் தேன். உடனேயே பிரிண்ட் போட்டுப் பார்க்க விரல்கள் துடித்தன. காண்டாக்ட் ப்ரிண்ட் இல்லாமல் நேராகவே என்லார்ஜ்மெண்ட் எடுக்க உத்தேசித்து ப்ரோமைடு பேப்பரை எடுத்து... சோடியம் சல்ஃபைட், கார்பனேட் கலவைகளில் அருணாவின் முதல் பிம்பங்கள் பிறப்பதற்கு ராத்திரி பதினோரு மணி ஆகிவிட்டது.

ஈரமாக என்னைப் பார்த்துச் சிரித்தாள்.

8

டெலிபோன் ஐந்து நிமிஷமாவது அடித்துக்கொண்டிருக்க வேண்டும். பின்பக்கத்தில் என் அறையில் தூங்கிக்கொண்டிருந்த என் உணர்வைத் தாக்க நிறைய நேரம் ஆகியிருக்கவேண்டும். கண் விழித்துக் கடிகாரத்தைப் பார்த்தேன். இத்தனை அதிகாலையில் யார் கூப்பிடுகிறார்கள்?

'ஹலோ!'

'குட்மார்னிங்.' குரலில்தான் எத்தனை உற்சாகம்!

'ஓ, ஹலோ அருணா.'

'இப்பத்தான் தூங்கி எழுந்தீங்களா. ஸாரி.'

'பரவாயில்லை. நேத்து நான்...'

'கிளம்பின அஞ்சு நிமிஷத்திலே வந்தீங்களாமே, மறுபடி ஸாரி.'

'மறுபடி பரவாயில்லை. ராத்திரியே உங்க போட்டோக்களை டெவலப் பண்ணிட்டேன். ஒண்ணு ரெண்டு நெகட்டிவ்ஸ் என்லார்ஜ் பண்ணினேன். பிரமாதம்.'

'ஜி.யெஸ்! உங்களை மறுபடி எப்ப சந்திக்கிறது?'

'பாக்கி இன்னும் போட்டோ எடுக்கணுமில்ல?'

'அதுக்கில்லை. உங்களோட பேசணும். இன்னிக்கு நீங்க பிஸியா?'

‘உங்களுக்காக அதை அன்பிஸியாகப் பண்ணிக்கிட்டாப் போச்சு.’

‘வாங்களேன். திடீர்னு வாங்களேன். இல்லை உடனே வாங்களேன். எங்கேயாவது போகலாம், ஏதாவது பேசலாம். நான் என் வாழ்க்கைச் சரித்திரத்தை ரெண்டு பாராவில் சொல்றேன், நீங்க உங்களுடையதை ரெண்டு பாரா, அப்புறம் இளநீர் குடிக்கலாம். கவிதைகள் படிக்கலாம். மணல்ல ஓடலாம். கிளி ஜோஸ்யம் பார்க்கலாம். லெட்ஸ் லிவ் ஃபார் எ டே ஜி.யெஸ்.’

‘வரேன்’ என்றேன்.

வைத்தவுடன் டெலிபோன் ஒலிக்க, தியாகராஜன்.

‘ஏன்யா விடியக்காலையில யாரோட இப்படிப் பேச்சு? எங்கேஜ்டாகவே இருந்ததே. என்ன ஆச்சு?’

‘என்ன, என்ன ஆச்சு?’

‘போட்டோதான், வேற என்ன?’

‘ரெண்டு ரோல்தான் எடுத்தேன். இன்னும் கொஞ்சம் எடுக்கணும்.’

‘ஆல்பம் பண்ண முடியுமா, முடியாதா?’

‘எப்ப?’

‘இன்னிக்கு மத்யானம் வேணும். டைரக்டர் கேட்டிருக்கார். இருக்கிறதை ஒட்டிக் கொடேன்.’

‘நாளைக்குக் கொடுத்துடறேன். இன்னிக்கு என்லார்ஜ்மெண்ட்ஸ் இருக்குது.’

‘நாளைக்கு டைரக்டர் கூடுவாஞ்சேரி போறார். கூடுவாஞ்சேரியா அமெரிக்காவாய்யா? ஸாரி, அமெரிக்கா போறார். கூடுவாஞ்சேரி வேற பார்ட்டி போறது. நீ ஒண்ணு பண்ணேன். பன்னிரண்டு மணிக்குள்ள எப்படியோ ஒரு ஆல்பம் பண்ணிக் கொடுத்துடு. உன்னால் முடியாதா ஜி.யெஸ்? எவ்வளவு படம் முடியறதோ அவ்வளவு போதும். குட்டிக்கு ஒரு சான்ஸ் கிடைக்கும்னு தோணுது. அவளோட இங்கிலீஷ் பேசிப் பாரு, பொளந்து தள்ளுவா.’

இருக்கிறதை வைத்துக்கொண்டு சுமாராக ஆல்பம் தயாரிக்க மத்யானம் ஒன்றரை மணி ஆகிவிட்டது. தியாகராஜனுக்கு டெலிபோன் செய்து கடையில் வந்து பெற்றுக்கொள்ளும்படிச் சொன்னேன். அவசரமாக கீதாவில் சாப்பிட்டுவிட்டு அவள் வீட்டுக்குக் கிளம்பினேன். மணிப் பொத்தானை அழுத்தினேன். ரொம்ப நேரம்... ரொம்ப நேரம் அழுத்தினேன். பதில் இல்லை. சே என்று என்னை வெறுத்துக்கொண்டு கிளம்பினேன். மிதியடியின் அருகில் ஒரு கடிதம் கிடந்தது.

'ஜி.யெஸ்ஸுக்கு' என்று எழுதியிருந்தது. கதவில் செருகி கீழே விழுந்திருக்கவேண்டும்.

> 'நாசமாப் போக, எத்தனை நேரம் காத்திருப்பது? சாந்தோம் பீச்சில் லைட் ஹவுஸ் அருகே, ரெஸ்டாரண்டில் மூன்று வரை உக்காந்திருப்பேன்.'

மணியைப் பார்த்தேன். இரண்டரை. ஒரே ஓட்டம்.

அந்த இடத்துக்கு வந்தபோது இரண்டு ஐம்பத்து நாலு. பைக்கை நிறுத்திவிட்டு உள்ளே ஓடினேன்.

கடற்கரையை அடுத்த இடம் அது. காலியாகவே இருந்தது. சே. இல்லை...இல்லை...அதோ ஓரத்தில் கடலைப் பார்த்துக் கொண்டு, புத்தகம் படித்துக்கொண்டு...

'அருணா...'

என்னைப் பார்த்ததும் பிரகாசமானாள்.

'ஓ, ஜி.யெஸ். இன்னும் கொஞ்சம் நேரமாயிருந்தா... உங்களை சுட்டுப் பொசுக்கணும்!'

'ஸாரி, உன் வேலைதான் செஞ்சுக்கிட்டிருந்தேன்.'

'என் வேலையா?'

'ஆல்பம் தயாரிச்சு தியாகராஜன்கிட்ட கொடுத்திட்டு வரும்படி ஆய்டுச்சு. ஏதோ டைரக்டர் அர்ஜெண்டாக் கேட்டிருக்காராம்.'

'ச்' என்றாள் ஸ்வாரஸ்யமின்றி. 'உக்காருங்க. என்ன சாப்பிட றீங்க?'

'மோர்... நீ?'

'ஸம் மோர்.'

'என்ன புத்தகம்...'

'ஈஸாப் கதைகள்?'

'அப்புறம் பைக்குள்ள?'

'நிறைய ராபர்ட் ஃப்ராஸ்ட், எரிக்கா யாங். ஒரு சிங்கமும் மனுஷனும் நடந்து போய்க்கிட்டே இருந்தாங்களாம். நடுவிலே ஒரு சிலையைப் பார்த்தாங்களாம். சிங்கத்தை மனுஷன் கொல்றாப்பல சிலை. மனுஷன் சொன்னானாம், 'பாத்தியா, மனுஷங்க எவ்வளவு பலம் உள்ளவங்க'ன்னு. சிங்கம் சிரிச்சுக் கிட்டே சொல்லிச்சாம், 'எங்களுக்குச் சிலை பண்ணத் தெரிஞ்சா மனுஷனை சிங்கம் கொல்றதாக் காட்டிச் செஞ்சிருப்போம்.'

'ஈஸாப் கதையா இது?'

'ஆமாம். நமக்குத் தெரியாத ஈஸாப் கதைகள் நிறைய இருக்கு. சிறு குழந்தைகள் புஸ்தகமும் இப்ப வேறவிதமாக இருக்கு எனக்கு. சிலதைப் படிச்சா அழுகைகூட வருது. ஆலீஸ் இப்பப் படிச்சா வேற வேற அர்த்தம் தெரியறது.'

'நீ மெச்சூர் ஆயிக்கிட்டு இருக்கேன்னு அர்த்தம்.'

'வாங்க நடக்கலாம்.'

'மோர் என்ன ஆச்சு?'

'பசுமாட்டைத் தேடிண்டு போயிருப்பான். வாங்க.'

'எங்க போகணும்?'

'சமுத்திரத்துக்கு.'

'வெயில்.'

'செருப்பு இருக்குல்ல. கொஞ்சம் சுட்டாத்தான் என்னவாம். இவ்வளவு தனியா பிரத்யேகமா சமுத்திரம் கிடைக்கிறது ஒரு அபூர்வமான விஷயம் மெட்ராஸ்ல.'

கரைக்குச் சென்றோம். அலைகள் கால்களை வருடி, அலைகள் அவள் புடைவையை நனைத்து, அலைகள் திரும்பச் சென்றன. நண்டுகள் உடனே உடனே குழி பறித்துக்கொண்டன.

'அதோ அந்த அலைதான்' என்றாள்.

'என்ன?' என்றேன்.

'என்னுது' என்றாள்.

அது மெதுவாகப் புரண்டு புரண்டு பக்கபலம் சேர்த்துக்கொண்டு பெரிசாக ஓவென்று ஆதிசேஷத்தனமாகத் தலை நிமிர்வதற்குள், திரும்பிப் போகும் சின்னவர்கள் அதன் காலை வாரிவிட்டு - எகத்தாளமாகப் புறப்பட்ட அது அனைத்து சக்தியும் இழந்து - சின்னதாக அவள் விரல்களை முத்தமிட்டுவிட்டுச் செத்தது.

ஓஸோன் வாசனையுடன் உலரும் வலைகளின் வாசனையும் கலந்திருக்க நிழல் தேடிக் கட்டுமரத்துக்கு அடியில் சம்பிரதாயக் காதலர்கள்போல் உட்கார்ந்தோம்.

அவள் காலை நீட்டிக்கொண்டு படித்தாள்.

> The teacher stands before the class.
> She's talking of Chaucer.
> But the students aren't hungry for Chaucer.
> They want to devour her.
> They are eating her knees, her toes, her breasts, her eyes
> & spitting out
> her words.
> What do they want words?
> They want a real lesson!

'அடேயப்பா! யார் எழுதியது?'

'எரிக்கா யாங். இருபத்தி ஏழு வயசு அமெரிக்கப் பெண்! அந்த டீச்சர் போலத்தான் நானும். என்னை எல்லாரும் சாப்பிடறாங்க.'

'எனக்கு வார்த்தைகள் போதும்!'

'நான் உங்களைச் சொல்லலை ஜி.யெஸ்! உங்க மாதிரி சிநேகிதன் யாராவது வரமாட்டாங்களான்னு அஞ்சு வருஷம் காத்திருந்தேன். எங்க லெக்சரர் ஒருத்தி இருந்தாங்க! அவங்ககிட்ட உயிரையே வெச்சிருந்தேன். ரொம்ப புத்திசாலி. ரொம்ப கெட்டிக்காரி. ஆனா கல்யாணம் ஆனதும் மாறிப்போய்ட்டாங்க.

இப்போ அவுங்களோட ஜான்சன்ஸ் பேபி பவுடர் பற்றித்தான் பேச முடியறது!'

'என்னைப்பத்தி நீ ஓவரா எஸ்டிமேட் பண்ணாதே. எனக்கும் நிறைய மீடியாக்ரிட்டி உண்டு. போட்டோ எடுக்கறதைப் பத்தி ஏதாவது ஆரம்பிச்சே உடனே மணிக்கணக்கா அறுப்பேன்!'

'போட்டோகிராபியைப் பத்திப் பேசேன் ஜி.யெஸ்.'

'நிஜமாவா?'

'எனக்கு பேசற விஷயம் பெரிசல்ல ஜி.யெஸ். பேசற முகம், அதனுடைய சலனங்கள், கண்கள், கை விரல்கள். பேசுங்க. எனக்கு எதுவும் போர் அடிக்காது, ஜான்சன்ஸ் உட்பட.'

'ஓகே, உன்னை ஒரு நிமிஷத்தில் ஜெயிச்சுடறேன். முதல்ல போட்டோகிராபி கண்டுபிடிக்கப்பட்டது 14-வது நூற்றாண்டில், ஒரு இருட்டு அறையில். ஒரு சின்ன ஊசி ஓட்டை வழியா சூரிய வெளிச்சம் போய் தலைகீழா ஒரு பிம்பம் சுவரிலே விழுந்தபோது. உலகத்தின் முதல் கேமரா அதுதான்!'

'நீங்க வெச்சுக்கிட்டு இருக்கிறது?'

'உலகத்தின் எத்தனாவது கேமரா? உனக்குத் தெரியுமா... ஒரு கேமரா பேரு மாமியா!'

'ஜி.யெஸ்!'

'யெஸ்!'

'எனக்கு பயமா இருக்கு!' என்றாள் திடீரென்று.

'என்ன பயம்?'

'என் வீட்டில் டிவி, ஃப்ரிஜ், எல்லா வசதிகளும் பார்த்தீங்க இல்ல?'

'பார்த்தேன்...'

'வீட்டுக்கு வாடகை ஐந்நூறு ரூபாய்.'

'சரி.'

'கேக்கவேண்டிய கேள்வியை கேக்க மாட்டீங்களா?'

'மாட்டேன்.'

'ஏன்?'

'வரப்போற பதில் எனக்குப் பிடிக்காது அருணா! எதற்காகக் கடந்துபோனதைப் பற்றி நிகழ்காலத்தில் கவலைப்பட வேண்டும்?'

'அவ்வளவு சுலபம் இல்லை ஜி.யெஸ்! உங்களுக்கு எவ்வளவு சம்பளம்?'

'சம்பளம் எல்லாம் இல்லை. சொந்தத் தொழில். ஸ்டூடியோ வுக்கு 250 ரூபாய் வாடகை கொடுக்க முடிகிறது. பெட்ரோல் வாங்க முடியறது. ஒரு பார்ட் டைம் பையனுக்கு நூறு ரூபாய்! அப்புறம் புத்தகங்கள், சாப்பாடு, சினிமா... டெலிபோன்...'

'எனக்கு போட்டோகிராபியில ஏதாவது கற்றுக்கொடுங்களேன், ஃபிலிம்களை கழுவறது, பெரிசு பண்றது.'

நான் சிரித்தேன். 'அருணா! நீ இன்னிக்குப் பேசினதை ஞாபகம் வெச்சுக்க! அடுத்த வருஷமோ அதற்கு அடுத்த வருஷமோ நீ பெரிய ஸ்டாரா ஆய்டுவே... வாசல்ல ரெண்டு கார் நிற்கும். டெலிபோன் ஒலிச்சுக்கிட்டே இருக்கும். ஒரு பெண் செக்ரட்ரி, ஒரு ஆண் செக்ரட்ரி. 'ஸாரி, மிஸ்டர் லால்! ஷி ஈஸ் புக்'ட் அன்டில் 1984. வெரி ஸாரி!' அப்ப நான் ஓரத்திலே இதே மோட்டார் சைக்கிள், இதே பாண்ட், இதே கேமராவோட வாசல் பக்கம் காத்திருப்பேன். 'அருணா!'ன்னு கூப்பிடுவேன்!'

'ஜி.யெஸ்? ஜி.யெஸ்! ஞாபகம் இல்லையே? பம்பாய்ல ஃபிலிம்ஃபேர் அவார்டில் பார்த்தோமா?'

இரண்டு பேரும் சிரித்தோம்...

'விழிகள்,
நட்சத்திரங்களை வருடினாலும்
விரல்கள் என்னவோ
ஜன்னல் கம்பிகளோடுதான்' என்றாள்.

'ப்யூட்டிஃபுல்! மேத்தா! தமிழ்கூடப் படிப்பியா என்ன?'

'ம்!'

'அருணா! உன்னை நான் கண்டுபிடிச்சிருக்கேன்! அருணா, நான் வருஷக்கணக்காத் தேடிக்கிட்டிருந்தவ நீதான் அருணா.'

'சரி, இப்ப சொல்லிடட்டுமா?'

'எனக்கு வேறு ஏதும் சொல்லவேண்டாம்.'

'இல்லை, சொல்லாம நாம, மேல சகவாசம் வெச்சுக்கக்கூடாது. நீங்க என்கூட வாழ்ந்தீங்கன்னா ஒவ்வொண்ணா கடந்தகாலம் எழுந்திருக்கும்! அதை முன்னால சொல்லிடறது நல்லது இல்லையா?'

'சொல்லு. ஆனா நான் கேட்கமாட்டேன்.'

'கேட்டுத்தான் ஆகணும். ஜி.யெஸ். நான் என் வாழ்க்கையில் ஒரு திருப்புமுனையில் இருக்கேன். திருந்துமுனை, திருப்புமுனை. நான் இதுவரைக்கும் வாழ்ந்ததை கம்ப்ளீட்டா மூட்டை கட்டி வெச்சுட்டு உங்களோட வந்துடலாம்னு நினைச்சிட்டிருக்கேன்.'

'வா, அருணா!'

அருணா சற்று மௌனமாக இருந்தாள். அப்படியே மூச்சை இழுத்துக்கொண்டாள். 'போன ஆறு மாசமா நான்... நான் ஒரு ஆசாமியோட இருந்துகிட்டிருந்தேன். என்னை அவர்தான் அந்த வீட்டில வெச்சுக்கிட்டிருக்கார். அவர்தான் செலவுக்குப் பணம் கொடுப்பாரு! அவர்தான் எப்பவாவது இரவில் வருவாரு! நேத்து ராத்திரிகூட அவர்தான் வந்திருந்தாரு. இன்னிக்கு ராத்திரியும் வர்றதா இருக்காரு. அவர்கிட்ட, எல்லாம் முடிஞ்சு போச்சுன்னு சொல்லிட விரும்பறேன். அதுக்கு முன்னால் உங்களுடைய பக்கபலம் தேவையா இருக்கு. என்ன சொல்றீங்க ஜி.யெஸ், என்னை நீங்க...'

ஒருகணம் எனக்கு அதீதமான அருவருப்பு ஏற்பட்டது நிஜமே. அதைச் சமாளிக்கும் பகுத்தறிவு மெதுவாகத் தலைகாட்டியது. நீ எவ்வளவு தூரம் புனிதமானவன், யோசித்துப் பார்! எவ்வளவு தூரம் மனத்தாலும், உடலாலும் மாசுபட்டிருக்கிறாய். அதை மாசு என்று சொன்னால்...'

'அந்த ஆள் யார்னு சொல்லட்டுமா? ஆச்சரியப்படுவீங்க!'

'வேண்டாம் அருணா. சொல்லவேண்டாம்!'

'அப்படின்னா?'

'நான் உன்னை ஏத்துக்கத் தயார். என்னைப் பொருத்தவரையில் நீ நேற்றுவரை செஞ்ச அத்தனை காரியங்களும் கேன்சல்! என்னைப் பொருத்தவரையில் நீ பிறந்தது நேற்று!'

'ஜி.யெஸ், நீ நிஜமாகவே பெரிய ஆள்!' உற்சாகத்தில் என் கையைப் பற்றிப் பிடித்துத் தன் மார்பின்மேல் வைத்துக்கொண்டு அதற்குத் தன் கன்னத்தால் ஈரமாக ஒத்தடம் கொடுத்துப் பின் குறிப்பாக ஒரு முத்தமும் தந்தாள். நான் ஏதோ ஹீலியம் பலூன் போல் உணர்ந்தேன்.

அவளைப் பின்னால் வைத்துக்கொண்டு பீச் ரோடில் நான் பறந்தேன். பேல்பூரி சாப்பிட்டோம். அண்ணா சமாதி, டெலி விஷன் டவர் என்று சாதாரண மக்களுடன் சேர்ந்து விளிம்பில் சின்னச் சின்னக் கப்பல்களாகக் காத்திருக்கும் துறைமுகக் கப்பல் களைப் பார்த்துக்கொண்டே நடந்தோம். திடுதிடுப்பென்று ஞாபகம் வந்தது. ஒரு ஃபாஷன் ஷோவுக்கு போகவேண்டும் என்று! போகவில்லை என்றால் ஒரு பெரிய காண்ட்ராக்ட் போச்சு! சொன்னேன். 'நீயும் வாயேன்.'

'இல்லை, நேரமாயிடும். அந்த ஆள் வரப்போறான். அவன் கிட்டச் சொல்லிடணும்.'

'எதுக்காகச் சொல்லணும்? பேசாம வந்துடவேண்டியதுதானே.'

'இல்லை ஜி.யெஸ். நிறைய திருப்பிக் கொடுக்க வேண்டி யிருக்கு. நகை, சாமான்கள், சாவி...'

'இதப் பாரு, நீ ஒண்ணு பண்ணு. நீ அவரை இனிமே சந்திக்கவே வேண்டாம். எல்லாத்தையும் அந்த அம்மாகிட்ட கொடுத்துட்டு 'டாட்டா'ன்னு ஒரு கடுதாசியில எழுதி வெச்சுட்டு வந்துரு!'

'அந்த அம்மா சினிமாவுக்குப் போயிருக்கும்!'

'கல்யாணராமன்?'

'ஆமாம்' சிரித்தாள்.

'அப்ப இப்படிச் செய். பூட்டிட்டு வாசல் தாழ்ப்பாளில் ஒரு கடுதாசி எழுதி வெச்சுட்டு வந்துரு! சாவியை போஸ்ட்ல அனுப்பிச்சிக்கலாம்.'

'பயப்படாதே, அந்த ஆள் ஒரு ஜென்டில்மேன்!'

'அவர் என்ன மண்ணா இருந்தாலும் நீ அவரை இனிமே பார்க்கறதை விரும்பலை நான்.'

'சரி' என்று சிரித்தாள். 'நீ என்னை ட்ராப் பண்ணவேண்டாம். பஸ் பிடிச்சுப் போய்க்கறேன். நீங்க ஷோவுக்குப் போய்ட்டு எத்தனை மணிக்குத் திரும்புவீங்க?'

'எப்படியும் ஒன்பதாகிடும்.'

'சரிதான். நானும் போயிட்டு ஒரே ஒரு சாரி மட்டும் எடுத்துக் கிட்டு ஒன்பதுக்குள்ள உங்க இடத்துக்கு வந்துடறேன். அட்ரஸ் என்ன, சொல்லுங்க?'

சொன்னேன். 'நான் வந்து பிக் அப் பண்ணிக்கிறேனே?'

'வேண்டாம். எனக்கு தனியா வரத் தெரியும். பார்த்துப் போங்க. ஃபாஷன் ஷோவில் எங்கயாவது எதையாவது பறி கொடுத்திடாதீங்க. ஒவ்வொருத்தியும் வில்லா இருப்பா.'

'சே! அருணாவை விடவா.'

'வரட்டுமா... குட் பை.'

அவள் யூனிவர்சிடி பக்க பஸ் ஸ்டாண்டுக்குக் குறுக்கே நடந்து அங்கு காத்திருந்த பஸ்ஸில் ஏறிக்கொண்டு ஜன்னலிலிருந்து டாட்டா காட்டினாள். சிரித்தாள்.

எவ்வளவு அதிர்ஷ்டக்காரன் நான்.

9

ஃபாஷன் மாடல்களைத் தெரிந்தெடுப்பதற்காக ஒரு விளம்பர ஸ்தாபனம் நடத்தும் பிரத்யேகமான ஷோ அது. வயசான கம்பெனி எக்ஸிக்யுட்டிவ்கள் பைப் பிடித்துக்கொண்டு ஜூஸ் உறிஞ்சிக் கொண்டிருக்க, ஒரு சின்ன பிளாட்பாரத்தில் பெண்கள் ஒவ்வொருத்தி யாக வந்து நடந்து, திரும்பி, தன் ஸாரியைப் பறக்கவிட்டு, நெளிந்து, கொடுக்கப்பட்ட சமயத்தில் தன் உடலின் சிபாரிசுகளாக எவ்வளவு காட்டவேண்டுமோ அவ்வளவும் காட்டித் தீர்த்தார்கள்.

அந்த மூன்று கனவான்களும் மார்க் போட்டுக்கொண்டு தமக்குள் அசிங்கமாகப் பேசிக்கொண்டு தலையை ஆட்டிக் கொண்டிருந் தார்கள்.

எத்தனை பெண்கள் ஆசையால் உந்தப்பட்டு எல்லார் எதிரே நடந்து, திரும்பி, இதோ பார், இதோ பார் என்று சொல்லிக் காட்டும் இவர்கள் செய்வது பாவம் இல்லையா? தூரத்தில் நின்று கொண்டு தத்தம் உடலமைப்பால் அத்தனை இளைஞர்களுக்கும் தொந்தரவு கொடுப்பது மட்டும் தப்பில்லையா? அருணாவை எப்படிக் குற்றம் சொல்ல முடியும்? உலகமும் பாவம் செய்கிறது. கண்களால், விரல் களால், கால்களால், நினைவுகளால், சினிமாக்களால், நாடகங்களால், கதைகளால், கவிதைகளால்... எல்லாவற்றிலுமே ஏக்கம் இருக்கிறது. ஏதாவது ஒரு மனத்தைக் கெடுக்கும் சாத்தியங்கள் இருக்கின்றன. பொய்கள் உள்ளன. நான் மேடை அருகில் சென்றேன்.

ஒன்பதாக வந்த பெண் ஒரு பைஜாமாவும் மல் ஜிப்பாவும் அணிந்து நடந்து வந்தாள். உள்ளே வேறு அணியவில்லை.

ஜட்ஜுகளின் பைப்புகள் நழுவின...

'இவள்தான்! இவளைத்தான் தேர்ந்தெடுங்கள்!' என்று சட்டென்று முடித்தார்கள்.

நான் விசுவிடம் சென்றேன்.

'எல்லாத்தையும் எடுத்தியா?'

'எடுத்தேன்.'

'கடைசீது ஒரு காப்பி எக்ஸ்ட்ரா போட்டு வை! பிற்காலத்துக்கு உபயோகமா இருக்கும்!'

நான் சிரித்தேன். ஹோட்டல் லாபியைக் கடந்து வெளியே வந்தேன். என் மோட்டார் சைக்கிளைத் தேடி நடந்தேன். மணி எட்டரை. ஒன்பதுக்குள் செல்லவேண்டும்.

'சார்' என்று குரல் கேட்டது!

திரும்பினேன். அந்த ஒன்பதாவது பெண்.

'சார், நீங்க போட்டோ எடுத்தீங்க இல்லை, என்னை?'

'ஆமாம். காப்பி வேணுமா உனக்கு?' சாரிக்கு அவள் மாறியிருந்தாலும் அவள்தான் அந்த மல் ஜிப்பா.

'இல்லை சார்! அந்த போட்டோவை நீங்க நாசமாக்கிடணும். ப்ரிண்ட் எடுக்கக்கூடாது!'

'ஏன்?'

'நான் அப்படி டிரஸ் செஞ்சுக்கிட்டு வந்தது அந்த அறையில் உள்ளவர்களுக்கு மட்டும்; மற்ற எவருக்கும் கிடையாது!'

'ஓ! இதில்கூட ஒரு தார்மீகக் கோட்பாடு இருக்குதா?'

'சார் ப்ளீஸ்... கெஞ்சிக் கேட்டுக்கறேன் சார்! என் கணவனுக்குத் தெரிஞ்சுடுத்துன்னா வெட்டிப் போட்டிருவார்.'

'ஓ மை காட்!'

'வீட்டில இருக்கார். போலியோ!' என்றாள். விசும்பினாள்.

நான் கேமராவைத் திறந்து ஃபிலிமை வெளியில் எடுத்து சரக்கென்று விரித்து, 'வெச்சுக்குங்க' என்று சொல்லிக் கிளம்பி விட்டேன்.

10

ஒன்பது மணிக்குச் சாப்பிடப் போவேன். இன்று அருணா வர வேண்டும் என்று காத்திருந்தேன். நான் ரூமுக்குச் செல்லும் போது மணி ஒன்பது ஐந்து. ஆங்கிலத்தில் செய்தி கேட்டுக் கொண்டிருந்தான் பி.காம் மருமகன்.

'யாரும் வந்தார்களா?'

'இல்லையே... சிவம் டெலிபோன் பண்ணியிருந்தார். போட்டோ எல்லாம் ரொம்ப நல்லா இருந்ததாம், டைரக்டர் பார்த்துட்டு ஆடிப் பூட்டாராம்!'

'லேடி யாரும் வரலை?'

'வரலை. யாராவது வரணுமா என்ன?'

'ஒரு பொண்ணு வரப்போறா!'

'போட்டோ எடுக்கறதுக்கா?'

'இல்லை, இங்கேயே தங்கறதுக்கு?'

'அப்படியா?' என்றான் என் மருமகன். அலட்டிக்கொள்ளாத ஆசாமி. 'சாப்பிட்டாச்சா?' என்றான்.

'இல்லை. நீ போய் சாப்பிட்டுட்டு உன் ரூமுக்குப் போய்டு' என்றேன். 'சரி' என்று புறப்பட்டான்.

நான் என் அறைக்குச் சென்று, இருக்கிற புஸ்தகங்களை அவசர மாக ஒழுங்கு பண்ணினேன். கொடியில் தொங்குகிற சட்டை பாண்டுகளை எடுத்துக் கொடியில் ஒழுங்காக அமைத்தேன்.

சிகரெட் துண்டுகளைப் பொறுக்கி ஆஷ் டிரேயில் போட்டு வைத்தேன். மணி ஒன்பதரை. ஏன் இன்னும் வரவில்லை. சே. நானே போய் இட்டுக்கொண்டு வந்திருக்க வேண்டும். 'நீ வந்து விடு' என்று சொன்னது தப்பு.

மணி பத்தாயிற்று.

பத்தரை ஆயிற்று.

நான் முதலில் கவலைப்பட ஆரம்பித்தேன். ஏன் இத்தனை நேரம். மறுபடி மனம் மாறியிருப்பாளோ? என்ன செய்யலாம். போய்ப் பார்த்துவிட்டு வந்துவிடலாம். கிளம்புவதற்குத் தாமதம் ஆகிவிட்டதா...

அண்ணாமலைபுரம். அந்த வீட்டுக்கு நான் சென்றபோது இருட்டாக இருந்தது. அடடா! என்ன முட்டாள்தனம். நான் இங்கு வந்து சேர அவள் அங்கே கிளம்பியிருப்பாள்.... எதற்கும் மாடிக்குச் சென்று பார்த்துவிடலாம்... கீழே யார் இருக்கிறார்கள். எப்போதும் பூட்டியிருந்ததாக ஞாபகம்.

உள்ளே இருட்டாக இருந்தது. ஆனால், முழு இருட்டாக இல்லை. பெரிதாக ஒரு வெளிச்சம் தெரிந்தது. ஜன்னல் வழியாக எட்டிப் பார்த்தேன். டெலிவிஷன் ஒளி. நிகழ்ச்சிகள் முடிந்து அணைக்கப்படாமல் வெளுப்புத் திரையில் பைத்தியக்காரத் தனமாகக் கீறல்கள்.

'அருணா.'

'அருணா.'

பதில் இல்லை. தூங்குகிறாளா?'

கதவைத் தட்டிப் பார்க்கலாமா, மணிப்பொத்தான் எங்கே? கதவைத் தொட்டபோது கதவு திறந்துகொண்டது.

எங்கே சென்றாள்... கார்பெட்டில் டெலிவிஷன் வெளிச்சத் தில்... என் அத்தனை செயல்களையும் நிப்பாட்டிவிட்டது அந்தக் காட்சி. 'அருணா, என்ன ஆச்சு உனக்கு?'

சுவரில் லைட் சுவிட்சைத் தேடினேன். இதோ... அதோ...

'பட்'.

வெளிச்சம்.

ரத்தம் உறைந்தது.

கார்ப்பெட்டில் அருணா கிடந்தாள். இரண்டு கைகளும் ஏதோ சேவிக்கிற பாணியில் ஒன்று சேர்ந்து, கால் ஒன்று மடங்கி, உடம்பு கால்பாகம் திருகிக்கொண்டு, கழுத்தில் இரண்டு மூன்று இடத்தில் ரத்தச் சுவடுகள்.

கடவுளே, என்ன செய்வது, 'அருணா...அருணா...'

டாக்டர், போலீஸ், ஆம்புலன்ஸ், டெலிபோன்... என்ன செய்வது, யாரைக் கூப்பிடுவது. ஒரு ஆட்டோ வந்து நிற்கிற சப்தம் கேட்டது.

'எவ்வளவுப்பா?'

'போட்டுக் குடுங்கம்மா. ராத்திரில இவ்வளவு தொலைவு வந்திருக்கேன்.'

'மீட்டர் எவ்வளவு காட்டுது.'

'குடுங்களேன், ஒரு அஞ்சு ரூபாய்.'

வெளியே வந்தேன். அருணாவின் உறவுக்கார அம்மாள். சினிமா போய்விட்டுத் திரும்பியிருக்காங்க. நான் கீழே பாய்ந்தேன். ஆட்டோ ரிக்ஷாவுக்கு ஓடினேன்.

'ஆட்டோ ரிக்ஷாக்காரரே, உடனே வாங்க.'

'யாரு?' என்றாள் அம்மாள்.

'அருணாவுக்குத் தெரிஞ்சவன்.'

'எங்க போகணும்?'

'போலீஸ் ஸ்டேஷன்.'

'என்ன ஆச்சு?'

'மேல போய்ப் பாரு. வீட்டோட கிடக்கறதுக்கு என்ன சனியனே?'

'அருணாவுக்கு ஏதாவது ஆய்டுச்சா?'

'ஆமாம். வாங்க பிரதர் போகலாம். ரொம்ப அர்ஜெண்ட்.'

'ஆட்டோ கிளம்ப, அவள் மேலே சென்று உள்ளே நுழைந்ததும், 'அய்யோ' என்று அலறினாள்.

11

சைக்கிள் மணி அடித்தது. பேப்பர்காரன் ஒரு எக்ஸ்பிரஸை மாடியில் வீசி எறிந்தான். ஜீப்பைப் பார்த்து 'என்னங்க?' என்றான்.

'மாடில ஒரு கொலை.'

'யாரு?'

'சின்னப் பொண்ணு.'

'அட அவுங்களா? அவுங்களா.' என்னை மேலே பார்த்தான். அவன் கண்களில் கண்ணீரைப் பார்த்தேன். அவனும் கொஞ்சம் அருணாவை நேசித்திருக்கிறான். 'மிஸ்டர் சுப்ரமணியம், உள்ள வரீங்களா?'

உள்ளே சென்றேன். அருணாவைப் பார்க்க தைரியம் வரவில்லை. டேப் வைத்து அளந்துகொண்டு சாக்கட்டியில் கோடு போட்டுக் கொண்டிருந்தார்கள்.

'உக்காருங்க.'

'பரவாயில்லை. இருக்கட்டும்.'

'நீங்க கொடுத்த முதல் ஸ்டேட்மெண்டுகளைக் கொஞ்சம் திரும்பிப் பார்க்கலாமா?'

'சரி.'

'பேர் கணபதி சுப்ரமணியம். ஜி.யெஸ்ங்கிறது இனிஷியலா?' என்றார் அவர் நோட்டுப் புத்தகத்தைப் பார்த்துக்கொண்டு. அவர்

தோளில் இருந்த நட்சத்திரங்களிலிருந்தும் தோரணையிலிருந்தும் உதவி கமிஷனராக இருக்கலாம் என்று நினைத்தேன்.

'நீங்க இந்தப் பெண்ணுக்கு உறவா?'

'இல்லை, சிநேகிதன்.'

'எவ்வளவு நாளா?'

'ஒரு நாள்.'

நிமிர்ந்தார். பூனைக் கண்கள். என்னை ஊடுருவுகிற மாதிரி.

'ஒரே நாள்!'

'ஆமாம்.'

'ஒரு நாளில் பரிச்சயம்னுதான் சொல்லுவாங்க. சிநேகிதம்னு சொல்ல இன்னும் கொஞ்சம் அதிகப் பழக்கம் வேண்டாம்?'

'ஆனா, ஒரு நாளில அவளை நிறையத் தெரிஞ்சுக்கிட்டேன். அவளை நான் கல்யாணம் பண்ணத் தீர்மானம் செஞ்சுக்கற அளவுக்கு!'

'நீங்க போட்டோகிராபரா?'

'ஆமா ஃப்ரீலான்ஸ், போட்டோ எடுக்கத்தான் வந்தேன்...'

'மாட்டிக்கிட்டீங்க!'

'பார்டன்!'

'போட்டோ எடுக்க வந்துட்டு சிநேகிதனா ஆயிட்டீங்க!'

'சார்! நீங்க என்னைச் சந்தேகப்படறதா இருந்தா முதல்லயே சொல்லிடுங்க.'

'சொல்லிடறோம்!'

'என்னால போலீஸுக்கு உதவி செய்ய முடியும்னு நம்பறேன்.'

'எப்படி? எந்த விதத்தில்?'

'நேத்திக்கு அவ என்கிட்ட சொன்ன சில விஷயங்கள் ஒரு ஆளைப் பத்தி!'

'அப்படியா, சொல்லுங்க!'

சொன்னேன், என் கேமராவில் முதல் ஃப்ளாஷிலிருந்து கடைசியில் அவளிடம் பஸ்ஸில் விடைபெற்றது வரை...

'இங்க வாம்மா...'

அம்மாள் நடுங்கிக்கொண்டே வந்தாள். 'எனக்கு ஒண்ணும் தெரியாதுங்க. நான் சினிமாவுக்குப் போயிருந்தேன். இவருதான் மேலேருந்து இறங்கி வந்தாரு! நான் உள்ளே போனா செத்துக் கிடக்கா! என் கண்ணே! என் பொண்ணே!'

'இது உங்க மகளா?'

'இல்லை, பெரியக்கா மகள்.'

'இதப் பாரும்மா, ஒரு ஆண் போன ஆறு மாசமா இந்தப் பெண்ணைப் பார்க்க வந்ததாச் சொல்றாரே இவரு!'

'அருணாவே சொன்னா.'

'அது யாரோ எனக்குத் தெரியாதுங்க!'

'நீங்க இந்த வீட்டிலதானே இருக்கீங்க?'

'ஆமாம்.'

'யாரும் பார்க்க வந்ததில்லையா?'

'இல்லை.'

'இந்த வீடு யாருது?'

'தெரியாது.'

'இந்தச் சாமான்கள் எல்லாம் யாருது? கட்டில், டெலிவிஷன்...'

'தெரியாது.'

'தெரியாதா? சொல்லப் பயப்படறீங்களா?'

'அய்யா, எனக்கு அவ எப்படி சம்பாதிச்சா, எப்படி வாழ்ந்தா, எதுவும் தெரியாது. பூடகமாத் தெரிஞ்சது ஒண்ணு ரெண்டு விஷயம். நீங்க சொல்றாப்பல ஒரு ஆள் அவளை... அருணாவை வெச்சுக்கிட்டு இருந்தது என்னவோ நிசம்தான். ஆனா, நான் அவரைப் பார்த்ததே இல்லை. தினம் வரமாட்டாரு. மாசத்திலே ரெண்டு மூணு தடவை வருவாரு. கார் வந்து ஆரன் அடிக்கும்.

உடனே அருணா எனக்குப் பணம் கொடுத்து ராத்திரி சினிமாவுக்கு அனுப்பிடுவா. எனக்கு சினிமான்னா ஆசை. இருட்டில் கார் வந்து நிக்கறதைப் பார்த்திருக்கேன். ஆனா யாருன்னு கவனிச்ச தில்லை. கேட்டதும் இல்லை. ஏன்னா, நான் உறவுக்காரிதான். ஆனா கொஞ்சம் வேலைக்காரியும்கூட. எனக்கு வேற நாதி கிடையாது. சோறு போட்டு சந்தோஷமா வெச்சுக்கிட்டு இருந்தியே என் செல்லமே, எங்கடி போவேன் நானு...'

'கார் என்ன கலர்?'

'எப்படிங்க சொல்றது? வெளுப்புக் காரா இருக்கலாம்னு தோணுது. வெளிச்சம் போறாம பாத்ததுங்க.'

'மிஸ்டர் ஜி.யெஸ், நீங்க ஒரு தடவை காரைப் பார்த்தீங்க இல்லே?'

'அது ஒரு ஃபியட் கார், சாம்பல் கலர்னு நினைக்கிறேன்.'

'நம்பர் பார்த்தீங்களா?'

'சரியாப் பாக்கலை. நிறைய எட்டு இருந்ததா ஞாபகம்.'

'நிறையன்னா எவ்வளவு எட்டு? ரெண்டு, மூணு நாலு?'

'மூணு எட்டாவது இருக்கும்.'

'சில வேளை ஒம்பதுகூட எட்டு மாதிரி இருக்கும்.'

'வாஸ்தவம்.'

'எனி வே, இந்தப் பொண்ணு ஒரு தடவைகூட அந்த ஆள் பேர், தொழில் எதையும் பற்றிச் சொல்லலியா?'

'இல்லை.'

'வியர்வையைத் துடைத்துக்கொண்டார்.'

'என்னய்யா, இந்த கண்ணாடி டம்ளர் எல்லாம் பவுடர் அடிச்சுப் பாத்துடுங்க. போட்டோகிராபர் வரலியா?'

'வந்துட்டாருங்க... கீழே இருக்காரு.'

'வரச் சொல்லு. என்ன முகூர்த்தம் பாத்துக்கிட்டு இருக்காரா?'

'ஜகன்னாதன், கூப்பிடறாரு.'

'ஜகன்னாதன். மேலே வந்து, 'குட்மார்னிங் சார்' என்றான்.

என்னைப் பார்த்ததும் 'டேய், ஜி.யெஸ்' என்றான்.

தெரிந்தவன்.

'தெரியுமா இவரை?'

'தெரியும் சார். பெங்கால் ஸ்டூடியோவில் ரெண்டு பேரும் கூலி வேலை செஞ்சுக்கிட்டிருந்தோம். நீ எங்கடா இங்க வந்தே... நீ கூட போலீஸ்ல சேர்ந்துட்டியா?'

'இல்லை ஜக்கு. இந்தப் பெண்ணை எனக்குத் தெரியும்.'

ஜகன்னாதன் அதைப் பார்த்தான். 'அட, ச்,ச்,ச்,ச்... என்ன கேமரா வெச்சிருக்கே.'

'நிக்கான். மாமியா! தனியா ஸ்டூடியோ வெச்சிருக்கேன்.'

'அதிர்ஷ்டக்காரன்... சார், இப்படியே படுத்தவாக்கில ஒண்ணு எடுத்துறவா. சார்... இவளை எப்படித் தெரியும்?'

'நேற்று இவளை நான் போட்டோ எடுத்தேன்.'

'இன்னிக்கு நான். ஜாதக ராசி! எல்லாம் ஜாதகத்தில புட்டுப் புட்டு வெச்சிருக்குடா...'

'வளவளன்னு பேசாதே, எடுய்யா!'

'டிவி பக்கத்தில் கிடக்குது பாருங்க. டிவி பார்த்துக்கிட்டு இருக்கிறபோது பின்னால் இருந்து வந்து ஸ்ட்ராங்குலேட் பண்ணியிருக்கான். டிவி சத்தத்தில் கூக்குரல் கேட்காது! கேட்டாலும் அக்கம் பக்கம் யாருமில்ல. பொட்டக்காடு!'

'உன் தியரி எல்லாம் வேண்டாம். போட்டோ எடு ஒழுங்கா.'

'திருட்டு ஏதாவது ஆயிருக்கா, பாரும்மா?'

'ஒண்ணும் திருடு போகலைங்க! பார்த்துட்டேன்.'

ஒருவிதமாக மரத்துப்போய்தான் எல்லாவற்றையும் கேட்டுக் கொண்டிருந்தேன்.

'அந்த ஆள் யார்னு சொல்லட்டுமா? ஆச்சரியப்படுவீங்க!'

'வேண்டாம் அருணா! சொல்லவேண்டாம்.'

12

முற்பகல் பதினோரு மணிக்கு கேள்விகளை எல்லாம் முடித்து விட்டு என்னை மறுநாள் வரும்படிச் சொல்லிவிட்டார்கள். ஏதோ ஒரு ரோபாட் போல நடந்தேன். ஓ! அருணா.

மோட்டார் சைக்கிளில் சென்றபோது என் கண்ணீர்ப் பூக்களை எதிர்க்காற்று பறித்துக்கொண்டது. ஜலத்திரையில் சாலை தெரியா மல் அடிக்கடி பிரேக் போட்டுத் துடைத்துக் கொண்டேன்.

மவுண்ட் ரோடில் நாற்பதடி உயர சினிமா போஸ்டர்களில் நாயக நாயகியர் நின்றார்கள்.

'வாசலில் ரெண்டு கார் நிற்கும். டெலிபோன் ஒலிச்சுக்கிட்டே இருக்கும்.'

அருணா, என் ஒரு நாள் மணப்பெண்ணே!

'ஆறு மாசமா அவர் வந்துகிட்டு இருந்தாரு.'

யார் அவன்? அவன்தான் அவளைக் கொன்றான். அவனா அல்லது வேறு யாராவதா? எப்படியும் அவன் யார் என்று கண்டு கொள்ளத்தான் முதலில் போலீஸார் முனைவார்கள். அவனாகத் தான் இருக்கவேண்டும். நேற்று வீட்டுக்குச் சென்றிருக்கிறான். உனக்கும் எனக்கும் எல்லாம் முடிந்துவிட்டது, நான் விடை பெறுகிறேன் என்று அவள் சொல்லியிருக்கிறாள். அவன் பயந்திருக்கலாம். ஏதும் வாக்குவாதம் நடந்திருக்கலாம். அவன் கோபப்பட்டு அவளைக் கொலை செய்திருப்பான். அதீதப் பொறாமையா? இல்லை, இருக்காது. அவள் தன்னைவிட்டுச்

செல்வதில் அவனுக்கு ஏதோ ஒரு பெரிய இழப்பு இருந்திருக் கிறது. என்ன அது?

வீட்டுக்கு வந்து படுக்கையில் விழுந்தேன். கண்ணை மூடியதும் அருணா அருணா அருணா! மண்டைக்குள் விர்ர் என்று சப்தம் கேட்டது. விதவித வண்ணங்களில் இறந்த அவள் முகம் க்ளிக் க்ளிக் க்ளிக் என்று ஸ்டில்களாக...

எனக்கு மயிரைப் பிய்த்துக்கொள்ளத் தோன்றியது. எழுந்தேன். நேற்று எடுத்த படங்களின் நெகட்டிவ்கள் இன்னும் இருக்கின் றன! இருட்டு அறைக்குச் சென்றேன்!

ஒரு மணி நேரத்தில் ஈரமாக அருணாவின் போட்டோக்களுடன் வெளியே வந்தேன்.

மேஜைமேல் வைத்தேன்.

அருமையான, மிகவும் துல்யமான பிரதிகள், அவள் கண் இரப்பையின் ரோமங்கள்கூடத் தனிப்பட்டுத் தெரிந்தன. வாய் மெலிதாகத் திறந்திருக்க, கழுத்தில் ஒரு கறுப்பு சிவப்பு மணி மாலை, மெலிய மார்புகள், உயிர்.

அருணா! - எனக்குப் பைத்தியம் பிடிக்கப் போகிறது.

டெலிபோன் ஒலித்தது.

'சிவம்டா! கங்கிராஜுலேஷன்ஸ்!

என்னடா?'

'அந்தப் பொண்ணு கேட்டியே! அதான் அருணா! அவளுக்கு பாஸிட்டிவா ஒரு ஆஃபர் வந்திருக்கு!'

'அப்படியா?'

'கதாநாயகியா!'

'அப்படியா?'

'நீ அவளைப் பார்ப்பியா? பார்த்து நாளைக்கு எட்டு மணிக்கு என்னை வந்து பாக்கச் சொல்லு.

'சிவம், அருணா இல்லை.'

'எங்கே போய்ட்டா.'

'இறந்து போய்ட்டா.'

'ஓ மை காட். ஓ மை காட்! எப்படி? எப்படி!'

'கொலை, நேற்று ராத்திரி!'

'வெய்ட் எ மினிட். நேத்து ராத்திரி நான்... சோளா ஹோட்டல்ல இருந்தேன்.'

'சிவம்! அவ சினேகிதங்க யார் யாரு. உனக்கு ஏதாவது தெரியுமா?'

'ரொம்ப பேரு அவளை சினேகிதமா வெச்சுக்க ட்ரை பண்ணிக்கிட்டிருந்தாங்க. அடடா! பரிதாபம்டா! போலீஸ் என்ன சொல்லுது... நான் கூட ஒரு நடை அண்ணாமலைபுரம் போய் வந்துடறேன், பாடி அங்கதான் இருக்கா?'

'ஆஸ்பத்திரிக்கு எடுத்துட்டுப் போயிருக்காங்க. சிவம், உனக்கு அவளைப்பத்தி எவ்வளவு தெரியும்?'

'ஜாஸ்தி இல்லைப்பா, ஏதோ வதந்திகள்தான் தெரியும். அவளை யாரோ வெச்சிக்கிட்டிருந்தானாம்.'

'அப்படியா யாரு? உனக்குத் தெரியாதா? கல்யாணத்தில் சொன்னியே அவளைப் பத்தி நிறையத் தெரியும்னு...'

'டேய் நீ ஒண்ணு. எல்லாம் வதந்திடா. போலீஸுக்கு கீலீஸுக்குச் சொல்லிடாதே!'

'அவளை அந்த ஆள்தான் கொன்னிருக்கான் சிவம்.'

'எந்த ஆள்?'

'போன ஆறு மாசமா அவளை வந்து சந்திச்சவன்.'

'போலீஸ் கண்டுபிடிப்பாங்க, கவலைப்படாதே.'

'அவனை நானும் கண்டுபிடிக்கப் போறேன். கண்டு பிடிச்சு... கண்டுபிடிச்சு...'

'ஏய்! ஜாக்கிரதையா இரு. விஷயம் சிக்கலா இருக்கும். பாம்புப் புற்று மாதிரி 'குபுக்'குனு ஏதாவது கிளம்பும்!'

'எனக்கு வேற ஒண்ணுமே இல்லை சிவம்!'

13

'வாங்க மிஸ்டர் ஜி.யெஸ்!' அந்த சர்க்கிள் இன்ஸ்பெக்டர் என்னை மிகுந்த நட்புடன் வரவேற்றார். 'நம்ம டிஸி இந்தக் கேஸைப் பாக்கறாரு. எங்களைத் தீர விசாரிக்கச் சொன்னாரு! உங்களோட ஒத்துழைப்பு தேவையா இருக்கு.'

'நிச்சயம் சார்.'

'முதல்ல நீங்க எங்ககிட்ட சொல்லாதது ஏதாவது இருந்தா அதைச் சொல்லிடறது உங்களுக்கு நல்லது.'

'அப்படி ஒண்ணும் இல்லை சார்.'

'அந்த வீட்டுச் சொந்தக்காரங்களைக் கேட்டுப் பார்த்துட்டோம். அவுங்களுக்கு அருணாவை மட்டும்தான் தெரியுமாம். வாடகை எல்லாம் அந்தப் பெண்தான் கொண்டுவந்து கொடுத்துச்சாம்!'

'வீட்டை முதல்ல லீஸ் எடுத்தவங்க யாரென்று ஞாபகம் இல்லைன்னு சொல்றாங்க.'

'வாடகை எவ்வளவாம்?'

'ஐந்நூறாம்.'

ஐந்நூறு ரூபா வாடகை கொடுத்து, டெலிவிஷன், ஃப்ரிஜ்... எல்லா வசதிகள்.

'அந்த ஆளோட பிச்சர் கிடைக்குது. பணக்காரர், நிறையப் பணக்காரர்! ராத்திரி மட்டும் வருகிறவர். அதுவும் தினமும்

வந்ததில்லை. ஒருத்தருக்கும் தெரியாதாம். ஒரு சில தினங்கள் மட்டும் வந்தவர். வந்து ஒரு நாளும் ராத்திரி தங்காதவர். இதுல இருந்து உங்களுக்கு அந்த ஆளைப்பத்தி என்ன தோணுது?'

'நாற்பது, நாற்பது அஞ்சு வயசு, அப்புறம் ம்... கல்யாணம் ஆனவரா இருக்கலாம். சமூகத்தில் கொஞ்சம் மரியாதைப்பட்ட வரா, நல்ல ஸ்தானத்தில் இருப்பவரா இருக்கலாம். அப்புறம் சினிமா, சினிமாவோட சம்பந்தப்பட்ட ஆசாமியா இருக்கலாம். எல்லாமும் ஒரு கெஸ் வொர்க்தான்.'

'நீங்க சொன்ன எட்டு எட்டு எட்டு - நம்பர்கள் அதை செக் பண்ணிப் பார்த்துட்டோம்.'

'ஏதாவது தெரிஞ்சுதா' என்றேன் ஆவலுடன்.

'மொத்தம் பதினாலு வண்டி, அந்த ரீதியில் இருக்குது. வெள்ளை, நீலம், லைட் கலர்ல ஃபியட். அப்புறம் ரிஜிஸ்தர் நம்பர்ல இரண்டு அல்லது மூன்று எட்டு. மிஸ்டர் ஜி.யெஸ், இந்த நம்பர் பிளேட் வேற ஏதாவது ஞாபகம் இருக்கா? எம்.எஸ்.ஆர்.டி.என் ஒய்னு ஏதாவது?'

'ஸாரி, வெளுத்த கலர். ஒரு சில எட்டுக்கள்; அவ்வளவுதான் ஞாபகம் இருக்கு.

பதினாறு பதினெட்டு வண்டி அந்த காட்டிகரில தேறும். எல்லாத்தையும் ஒவ்வொண்ணா செக் பண்ணிடலாம்.

'விரல் ரேகைகள் ஏதாவது?'

'கிடைச்சுது. நிறையக் கிடைச்சுது. அதையும் அனுப்பினோம். எல்லாம் உங்களுடையது. அருணா. அப்புறம் அந்த அம்மா.'

'உங்க தியரி என்ன இன்ஸ்பெக்டர் சார்?'

'நீங்க சொன்ன மாதிரிதான்! ஒரு சின்ன சாமான்கூடத் திருட்டு போகலை. பின்பக்கத்தில் இருந்து கயிறு போட்டு கழுத்தில இறுக்கியிருக்கான்னு தெரியுது. கயிறு அகப்படலை. எடுத்துப் பாக்கெட்ல போட்டுக்கிட்டு போயிருக்கான். அலமாரியில, பொட்டியில எல்லாச் சாமான்களும் பத்திரமாக இருக்குது. அந்த ஆசாமி வந்திருக்கான். இந்தப் பொண்ணு அவனை விட்டுட்டுப் போறதைப் பத்திச் சொல்லியிருக்கா. அவன் கோபத்தில் தீர்த்துக் கட்டியிருக்கான்.'

‘எனக்கென்னவோ காரணம் பத்தல சார். இந்த மாதிரி சும்மா விட்டுட்டுப் போறேன்னு சொன்னதுக்காக இப்படி ஒரு எக்ஸ்ட்ரீம் ஸ்டெப் எடுத்திருப்பானா? இவ விட்டுட்டுப் போறதினால அவனுக்கு ஏதோ பெரிய நஷ்டம் ஏற்பட்டிருக் கணும். அவ லெட்டர்ஸ் எல்லாம் பாத்தீங்களா?’

‘புஸ்தகம், லெட்டர்ஸ், அலமாரி எல்லாவற்றையும் குடைஞ்சு தள்ளிட்டோம். ம்ஹூம். அந்த ஆள் யாருன்னு ஒரு புலனும் இல்லை? வாங்க ஜகன்னாதன்.’

‘ஹாய் ஜி.யெஸ்... இன்ஸ்பெக்டர் சார், போட்டோக்கள்.’ அவன் எடுத்திருந்த போட்டோக்களைக் கத்தையாக மேஜை மேல் வைத்தான். ‘ஏதாவது அரெஸ்ட் பண்ணீங்களா?’ என்றான்.

‘அதுக்குள்ளயா?’ அந்தப் படங்களை ஒவ்வொன்றாக நிதான மாகப் பார்த்தார்.

‘சார், ஒரு பிரில்லியண்ட் ஐடியா?’

‘என்ன?’

‘ஒரு ஸோனி ரேடியோ காஸட் இருந்தது இல்ல...’

‘லைசென்ஸைப் பார்த்துட்டேன்! அவ பேரில்தான் இருக்கு. பொதுவா எல்லா விஷயத்திலேயும் அந்த ஆள்கிட்ட ஒரு ஜாக்கிரதை தெரிகிறது! தன்னைக் காட்டிக் கொடுக்கற விஷயம் எதுவும் அவகிட்ட இருக்கக்கூடாதுன்னு பிரத்யேகமா முயற்சி கள் எல்லாம் எடுத்துக்கிட்டதா தெரியுது?’

‘அந்த ஆள் ஒரு பெரிய மனுஷன் சார்’ என்றேன்.

‘ஒரு தடவை அருணா எங்கிட்ட, ‘அந்த ஆள் யாருன்னு சொன்னா ஆச்சரியப்படுவீங்க’ன்னா...’

‘சொல்லலியா...’

‘சொல்ல வேண்டாம்னுட்டேன்.’

‘இது என்னங்க பாட்ச் ஜகன்னாதன்’ என்று ஒரு போட்டோவைக் காட்டினார். ஜகன்னாதன் அதை வாங்கிப் பார்த்தான். ‘சுவரில் ஏதாவது வெளுப்பா, கறைபோல... இருக்கலாம். இல்லை நெகடிவ்ல டிஃபெக்ட் இருக்கலாம். நீ பாரு ஜி.யெஸ்.’

பார்த்தேன். 'நெகட்டிவ்ல டிஃபெக்ட் இல்லை. சுவரில்தான் ஒரு இடத்தில் வெளுப்பா இருக்குது...'

அந்த சோபாவின் முன்னே கார்ப்பெட்டில் அருணா கிடக்க, முன் பக்கத்திலிருந்து போட்டோ எடுத்திருந்தான். கழுத்தின் ரத்தக் கீறல்கள் தெளிவாகத் தெரிந்தன. அலமாரியில் இருந்த அத்தனை சாமான்களும் தெரிந்தன. சுவரில் அலங்காரச் சாமான்கள், கடிகாரம், காலண்டர்...

ஏறக்குறைய இதே கோணத்திலிருந்து அவளை முதல் நாள் உயிருடன் படம் பிடித்திருக்கிறேன்.

14

லைட்ஹவுஸிலிருந்து ஆரம்பித்து மெதுவாக நடந்தேன். இதே இடம்... இதே நாற்காலி... இதே மூலை... பொதுவாக மணலில் நடந்தேன். இதே சமுத்திரம். இதே படகு! இதே நிழலில் மெத்தென்ற அவள் மார்பின் ஸ்பரிசம். ஒரு நாளில் ஒரு பெண் ஒருவன் மனத்தில் இவ்வளவு ஆழப் பதிந்திருக்கிறாள். யுகங்களாக அவளை நான் தெரிந்திருக்கிறேன். இது ஒரு பூர்வ ஜன்மத்துத் தொடர்பு என்றுதான் தோன்றுகிறது!

கடற்கரையில் மௌனமாக உட்கார்ந்துகொண்டு அந்த அலைகள் என் காலருகே வந்து வந்து பயந்து செல்லும் பூனைக்குட்டிகள் போல விலக, என் கைப்பையிலிருந்து அவள் போட்டோக்களை எடுத்து ஒவ்வொன்றாகப் பார்த்தேன்!

இருபதாவது முறை!

நான் எடுத்த போட்டோக்கள்! ஒவ்வொரு போட்டோவிலும் உறைய வைத்த கனவுகளின் தரிசனங்கள் என் நினைவைவிட்டு இன்னும் அகலவில்லை.

'கொஞ்சம் அப்படியே சாஞ்சுக்கங்க....'

'இப்படியா சார்.'

'இல்லை, கொஞ்சம் இடது பக்கமா, தட்ஸ் இட். அப்புறம் மார்ல அந்த ஸாரியை.'

நளினமான விரல்களால் தன் மார்புப் புடைவையை சற்றே மிகச் சற்றே நீக்குகிறாள். 'ஓயெஸ் போதும்... ப்யூட்டிஃபுல், கொஞ்சம் சிரிங்க.'

18-ம் தேதி மாலை 3.46-க்கு அருணாவின் சிரிப்பு. சோபாவில் உட்கார்ந்துகொண்டு உயிருடன்.

இதே கோணத்தில் இன்று பார்த்த ஜகன்னாதனின் போட்டோ. சோபா காலி. கீழே கிடக்கிறாள்.

ஒரு நாளில் எவ்வளவு பெரிய வீழ்ச்சி.

ஜஸ்ட் எ மினிட்.

அந்தப் போட்டோவில் ஒரு சின்ன விஷயம் என் கவனத்தைக் கவர்ந்தது.

ஜகன்னாதன் எடுத்த போட்டோவில் சுவரில் மெலிசாக, வெண்மையாக இருந்த இடத்தில் நான் எடுத்த போட்டோவில் கறுப்பாக ஏதோ இருந்தது. கறுப்பாக, சதுரமாக அல்லது வட்ட மாக. வெளிச்சத்தில் பார்த்தேன். அது என்ன என்று புரிய வில்லை. ஆனால், அதே இடத்தில் ஏதோ ஒன்று சுவரில்...

ஜகன்னாதன் போட்டோவில் அந்த இடத்தில் சுவரில் ஒரு வெண்மையான சுவடு.

இதற்கு என்ன அர்த்தம்?

நான் போட்டோ எடுக்கும்போது சுவரில் இருந்தது. ஜகன்னாதன் போட்டோ எடுக்கும்போது நீக்கப்பட்டிருக்கிறது. அது என்ன?

வெளிச்சத்தில் கூர்ந்து பார்த்தேன். சுவரில் தொங்கிய ஏதோ ஒன்று, என்ன என்பது தெரியவில்லை. தூரத்திலிருந்து எடுத்த தால் ஒரு சிறிய சதுரம்போல இருந்தது. காலண்டர் என்று சொல்ல முடியவில்லை. கடிகாரம் என்று சொல்ல முடிய வில்லை. இது என்ன... பெரிசு பண்ணிப் பார்த்தால்?

என்லார்ஜ்மெண்ட்!

உடனே என் சகல புலன்களும் சுறுசுறுப்பாக்கப்பட்டு வீட்டை நோக்கி ஓடினேன்.

இருட்டறையில் விளக்கை அணைத்து ஸேஃப் லைட்டைப் போட்டேன். முதலில் வெள்ளைத்தாள் வைத்தேன். நெகடிவ்வைப் பொருத்தி லென்ஸின் அபர்ச்சரைத் திறந்து என்லார்ஜரின் உள் விளக்கைத் தட்டி ஃபோகஸ் செய்தேன்.

பெரிசாக...

இன்னும் பெரிசாக...

என்லார்ஜரில் எவ்வளவு பெரிசாக்க முடியுமோ அத்தனை அளவுக்கு அந்தச் சின்னச் சதுரத்தைப் பெரிசாக்கி போட்டோ பேப்பர் வைத்து எக்ஸ்போஸ் செய்தேன்.

சீக்கிரம்... சீக்கிரம்... சீக்கிரம்.

டெவலப்பர், ஸ்டாப் பாத்...

அந்த ஈரப் பிரதியுடன் வெளியே வந்தேன். பார்த்தேன்.

ம்ஹூம். அவ்வளவு பெரிசாக இருந்தும்கூட அந்தப் பகுதி புரியாமல்தான் இருந்தது. சரி, முன்பு சின்னதாகப் புரியாமல் இருந்தது. இப்போது பெரிசாகப் புரியாமல் இருந்தது.

இப்போது அந்தப் பகுதியில் ஒரு சில ஆங்கில எழுத்துக்கள் போலத் தெரிந்தது. லென்ஸ் வைத்துப் பார்த்ததில் ஆங்கில 'இ' 'ஆர்' போலக் கொஞ்சம் தெரிந்தது. 262 போல சட்டென்று தோன்றக்கூடிய ஒரு எண் தெரிந்தது. இருந்தும் ஒட்டு மொத்தமாக அது என்ன என்று தெரியவில்லை.

மிகவும் ஏமாற்றமாக இருந்தது.

இன்னும் பெரிசு பண்ணுவதற்கு என்னிடம் இருந்த என்லார்ஜர் போதாது. பாண்டி பஜாரில் பி.என்.மேனனிடம் போக வேண்டும். இன்னும் பெரிசாகப் பெரிசாக ஃபோகஸ் குறைந்து, குழப்பம்தான் அதிகரிக்கும் என்று தோன்றியது. எப்படியும் நான் கண்டுபிடித்ததைப் போலீஸுக்குச் சொல்லிவிடலாம்.

இதை விடப்போவதில்லை நான்.

மறுபடி அதைப் பார்த்தேன். மெலிசாக ஒரு வட்டம் தெரிந்ததோ? கெடிகாரமா என்ன? சுவரில் கடிகாரம். இதில் இவ்வளவு சின்னதாகவா இருக்கும். பின்னே என்ன அது... எதற்கும் அன்று மாலையே சென்று இதைப் போலீஸிடம் சொன்னேன். சர்க்கிள் இன்ஸ்பெக்டர் மணிவாசகன் மிகவும் கூர்ந்து கவனித்தார் அந்த போட்டோவை...

'இதை ஃபாரன்ஸிக் லாபுக்கு அனுப்பிடறோம். அவுங்களால ஏதாவது கண்டுபிடிக்க முடியும்.'

'ஏதாவது தெரிஞ்சுதுன்னா எனக்குத் தகவல் கொடுப்பீங்களா?'

'ஏன் எதுக்கு...'

'எனக்கு அந்த ஆளைப் பார்க்கணும்!'

'பார்த்து...'

'நல்லா அவன் கழுத்தைப் பிடிச்சு விழி பிதுங்கற மாதிரி. ஸாரி. அவனைப் பார்க்கணும், அவ்வளவுதான்.'

அவர் என்னைச் சந்தேகக் கண்களுடன் பார்த்தார்.

'இந்த விபரீத ஆசையெல்லாம் வெச்சுக்காதீங்க. சட்டத்தின் பிடியில் இருந்து ஒருவரும் தப்பிக்க முடியாது. மெல்ல மெல்லத் தான் கண்டுபிடிப்போம். ஆனா, கண்டுபிடிச்சுடுவோம். மர்டர் கேஸ் பாருங்க, எங்க டிஸியே ரொம்ப இன்ட்ரஸ்ட்டா பார்க்கறாரு. நீங்க ஒண்ணும் போலீஸ் வேலை செய்ய வேண்டிய தில்லை...'

'ஸாரி, கொஞ்சம் உணர்ச்சிவசப்பட்டுட்டேன்.'

'பரவாயில்லை. போய்ட்டு வாங்க. உங்க டெலிபோன் நம்பர் எங்கிட்ட இருக்கு. தேவைப்பட்டா கூப்பிடறோம். வெளியூர் எங்கேயாவது போறதா இருந்தா எனக்கு ஒரு டெலிபோன் பண்ணிடுங்க.'

'சரி, சார்...'

15

பதினைந்து தினங்கள் ஆகிவிட்டன. போலீஸ் என்னைக் கூப்பிடவேயில்லை. 'மயிலாப்பூரில் இளம் பெண் மரணம்' என்று முதலிலிருந்தே இதைப்பற்றிய செய்திகளை அடக்கி வாசித்தார்கள். சரியாக இரண்டு நாள்தான் செய்தி வந்தது. 'விசாரித்து வருகிறார்கள்' என்று கடைசியில் வந்ததுடன் சரி. அதற்கப்புறம் சரண் சிங் கவிழ்ந்ததும், சஞ்சீவ ரெட்டி கலைத்ததும் தலைவிரித்தாடின. என் அருணா எங்கே போனாள் என்று சுவடில்லாமல் சென்றுவிட்டாள்.

நான்கூட ஒரு வாரம்தான் ரொம்ப வருத்தப்பட்டேன். இப்போது சவரம் பண்ணிக்கொள்ள ஆரம்பித்துவிட்டேன். ஒன்றிரண்டு இடங்களுக்கு போட்டோ பிடிக்கப்போய் வர ஆரம்பித்து விட்டேன்.

அருணாவை மறந்துவிட்டேன் என்றில்லை. அவள் என் ஞாபகத்திலிருந்து விலகவே மாட்டாள். இப்பவும் திடீர் திடீர் என்று எழுந்து 'அருணா' என்று அலறினேன். என் பர்ஸில் அந்த போட்டோக்கள் எப்போதும் இருந்தன. அவற்றில் இன்னும் அவள் புன்னகை செய்துகொண்டுதான் இருந்தாள். எப்போதாவது யாராவது பேசிக்கொண்டிருந்தால் ஒரு வார்த்தை அல்லது ஒரு சலனம் திடீர் என்று அவளை ஞாபகப்படுத்த என்னுள் அலை மோதுவது போல துக்கம் மோதும். தொண்டையை அடைக்கும். சற்று நேரம் சிரமப் பட்டு சும்மா இருப்பேன். நெஞ்சுக்குள் என்னை இறுக்கிக் கொள்வேன்.

மவுண்ட் ரோடில் ஹிக்கின்பாதம்ஸ் சென்று அந்தப் புத்தகங்களை எல்லாம் வாங்கிக்கொண்டேன். ஈஸாப் கதைகள், எரிக்கா யாங்கின் கவிதைகள், மு.மேத்தாவின் கண்ணீர்ப்பூக்கள்.

மறக்க முடியாதவள்தான், என் உள்ளத்தின் ஆழத்தில் பதிந்து விட்டவள்தான். இருந்தும் மேம்போக்காக ஆடை படிந்தது போல வெளியுலகத்து நிகழ்ச்சிகள் என் மிகச்சமீபத்திய உணர்வுகளினின்றும் அவளை மறந்தாலும் உள்ளுக்குள்ளே அவள் அப்படியே இருந்தாள். அந்த முகமற்ற ஆளை நான் பழி தீர்த்துக்கொள்ளப்போவது ஒரு திரிகால சத்தியம். எப்போது எங்கே எப்படி என்பது தெரியாது. அவனை நான் தேடிக்கொண்டு தான் இருந்தேன். போலீஸ்காரர்கள் தேடி அலுத்து, கேஸை க்ளோஸ் பண்ணலாம். என்னைப் பொருத்தவரையில் அப்படி இல்லவே இல்லை. என் வாழ்நாள், ஏன் வாழ்நாளைத் தாண்டி அடுத்த ஜென்மத்தில்கூட அவனைத் தேடுவேன்; தேடினேன்.

16

சோளா ஹோட்டலில் ஒரு மாநாட்டுக்கு கூப்பிட்டு இருந்தார்கள். இந்திய கம்ப்யூட்டர் கழகத்தின் வருஷாந்திரக் கூட்டம் நாலாவது நாள் தொடர்ந்து நடந்தது. சிவம் என்னைப் போகச் சொன்னான். டில்லியிலிருந்து வந்த ஒரு பெரிய பட்டை பிரேம் கண்ணாடி அதிகாரி முதலில் கீநோட் அட்ரெஸ் என்று வாசித்தளித்தார். அப்புறம் தனித்தனியாக, என்ன என்னவோ சிக்கலான கம்ப்யூட்டர் பற்றிய விவரங்களை ஸ்லைட் ப்ரொஜக்டர், ஓவர்ஹெட் ப்ரொஜக்டர் வழியாக இங்கிலீஷில் பிளந்து கட்டிக் கொண்டிருந்தார்கள். என் வேலை சுலபம். முக்கியமாக ஏழெட்டுப் பேர் பேசும்போது அவர்கள் பேசுவதைப் படம் எடுத்துக் கொடுக்கவேண்டும். அப்புறம் முதல் நாள் பொதுக் கூட்டம். அப்புறம் அவர்கள் நின்றுகொண்டு பிளேட் பிளேட்டாகச் சாப்பிடுவது, மாலையில் ஹரிபிரசாத் சௌராஸியாவின் புல்லாங்குழல் கச்சேரி கேட்பது. அப்புறம் ஏதோ ஒரு இடுப்பில்லாத ஒடிஸி நடனம் ஆடுவது போன்ற கலைச் சம்பவங்களைப் போட்டோ எடுத்து அவர்கள் பத்திரிகை இருக்கிறதாம், அதில் பிரசுரிக்கக் கொடுக்கவேண்டும். நல்ல சாப்பாடு... பெரிய அறை... நூறுபேர் உட்காரும்படியாக ஏர்கண்டிஷன் இருட்டு வேறு. நமநமவென்று சாமவேதம் போல் புரியாத பேச்சு. கண் இழுத்துக்கொண்டு போக ஏறக்குறைய தூங்கிவிட்டேன்.

'துரைப்பாண்டியன் நல்லக்கண்ணு வாய்யா...'

'ம். ஆடுறா டமுக்கு டப்பா...'

'பகவானோட பஞ்சு மெத்த படுக்க சுகமாச்சோ.'

இல்லை எனக்கு சுகமில்லை. நான் சாகலை. என்னை ஏன் கட்டி வெச்சிருக்கீங்க? எடுங்க சந்தனத்தை, எடுங்க ஊதுபத்தியை. சார்... சார். என்னை இந்த இடத்தில் இருந்து விடுதலை செய்யுங்க. நெருப்பு வேண்டாம். எரிக்காதீங்க.

நான் சார் இல்லை, அருணா. ஜி.யெஸ். கூப்பிடு... ஜி.யெஸ்.

'சார்...சார்.'

திடுக்கிட்டு எழுந்தேன். ஒரு பெண் என்னை புத்தகத்தால் தட்டி எழுப்பிக்கொண்டிருந்தாள்.

'ஓ ஸாரி, தூங்கிட்டேன்.'

'பரவாயில்லை. உங்களுக்கு ரொம்ப டல்லா இருக்கும்' என்று என் அருகில் உட்கார்ந்தாள்.

'இதுக்கு அடுத்ததுக்கு அடுத்தது நான் பேசறேன். ஒரு போட்டோ எடுத்துக் கொடுங்க. அதற்கு உண்டான பணத்தை நான் குடுத்துடறேன்.'

'நீங்க இன்ஜினியரா?' என்றேன்.

'ஆமா. எலெக்ட்ரானிக்ஸ்.'

'ஷ்' என்று முன்வரிசையிலிருந்து ஒருவர் அதட்டினார்.

'ஷ்' என்றாள். 'வாங்க, பின்னால போயிறலாம்' என்றாள் சின்னதாக.

கடைசி வரிசைக்குச் சென்றோம்.

'நீங்க அதாவது பி.இ. மாதிரி.'

'ஐஐடி மெட்ராஸ்ல எம்.டெக். இப்ப பிஹெச். டி. பண்ணிக்கிட்டு இருக்கேன். நீங்க எரிக்கா யாங் படிப்பீங்களா?'

'என் கேர்ள் ஃப்ரெண்ட் படிப்பா?'

'வந்திருக்காங்களா?'

'இல்லை. இறந்துபோயிட்டா.'

'ஸாரி!'

'அவ பி.ஏ. லிட்ரேச்சர். எலிஸபெதன் டிராமா எல்லாம் படிச்சவ.'

‘எனக்கு லிட்ரேச்சர் வராது. எல்லாம் கம்ப்யூட்டர் கம்ப்யூட்டர் தான்.’

‘உங்க பேரு?’

‘மஹேஸ்வரி.’ கண்ணாடியை எடுத்தாள்.

‘கொஞ்சம் கொஞ்சம் ஜெயப்ரதா? என் ஃப்ரெண்ட்ஸ் எல்லோரும் மஹேஷ்னுதான் என்னைக் கூப்பிடுவாங்க. சட்டை பாண்ட் போட்டுக்கிட்டு இருக்கிறதனால...’

‘அப்புறம் இந்தச் சின்னப் பையன் கிராப்பு. பெரிசா கண்ணாடி. நீங்க வேணும்ட்டு ஆம்பளை மாதிரி அலங்காரம் செஞ்சுக்க விரும்புறீங்க.’

‘உமன்ஸ் லிப்’ என்று சிரித்தாள்.

‘ஆனா, பல இடங்கள் காட்டிக் குடுத்துடுது.’

‘சார். எனக்கு நேரமாயிடுச்சு. நான் வரேன். நான் பேசப் போற விஷயத்தினுடைய தலைப்பு Image processing, ஞாபகம் இருக்குமா? ஒரு சின்னக் காகிதத்தில் எழுதிக் கொடுத் துறட்டுமா? ஒரே ஒரு போட்டோ? சுமாரா எடுங்க? பை.’

அவள் நடந்து செல்ல, அவள் பின்பக்கத்தின் மெலிதான வளைவு களில் முதல் தடவையாக ஒரு சின்ன ஆர்வம் ஏற்பட்டது. அருணாவைப் போல தைரியமான பெண். ஆனால் அருணா வுக்கும் இவளுக்கும் எவ்வளவு வித்தியாசம். சூழ்நிலையில் அகப்பட்டுக்கொண்டவள் அருணா. இவள் சூழ்நிலையை கட்டுப்படுத்தக் கூடியவள். கம்ப்யூட்டர் இயல் படிக்கும் நவீனப் பெண். வழுக்கைத் தலை இன்ஜினியர்களுக்கு சால்ஜாப்பு சொல்லக்கூடிய ஒரு இளம் தளிர்.

இமேஜ் ப்ராஸஸிங். அப்படி என்றால் என்ன? இமேஜ் என்றால் பிம்பம். ப்ராஸஸிங் என்றால் செய்முறை அல்லது அலசுதல். நான்கூட ஒரு பிம்பத்தைத்தான் அலசுகிறேன்...

‘மிஸ் மஹேஸ்வரி கிருஷ்ணமூர்த்தி இஸ் அவர் நெக்ஸ்ட் ஸ்பீக்கர் ஆன் இமேஜ் ப்ராஸஸிங்.’

நான் என் கேமராவைத் தயார் செய்துகொண்டு மெதுவாக முதல் வரிசைக்கு நகர்ந்தேன்.

அறை இருட்டாக இருக்க ஸ்லைடு ப்ரொஜக்டரிலிருந்து ஒரு வரைபடம் திரையில் தெரிந்தது. லெக்டர்ன் என்று சொல்லக் கூடிய உயரமான சொற்பொழிவு மேஜையிலிருந்து ஒரு சிறிய அடக்கமான விளக்கு அவள் முகத்தைக் கீழிருந்து வெளிச்சம் காட்ட, அந்த வினோதமான பெண் பேசத் தொடங்கினாள்.

'The block diagram consists of optical scanner, analogue digital converter, digitiser...'

நான் அவளை நன்றாகவே படம் எடுக்க விரும்பி இடது ஓரம் சென்று பதுங்கி அவளை ஃபோகஸ் செய்தேன்.

மிகவும் தன்னம்பிக்கையுடன் கணீர் என்று நிதானமாகப் பேசினாள். எல்லோரும் மௌனமாகக் கேட்டுக்கொண்டிருந்தார்கள். அந்த மௌனத்தில் ஒரு பெண் அப்படி நமக்குச் சமமாகப் பேசுவதாவது என்று சஞ்சலம் கொஞ்சம் கலந்திருந்தது.

மஹேஸ்வரி என்னை ஒரு தடவை பார்த்துச் சிரித்தாள்.

திரையின் பிம்பத்தைப் பார்த்து ஒரு சிறிய விளக்கம் தரும்போது அவளை கேமராவில் சிறைப்பிடித்தேன்.

மறுபடியும் போய் உட்கார்ந்தேன்.

பத்து நிமிஷம் பேசினாள். அவள் பேசின விஷயம் எனக்கு மெலிதாகத்தான் புரிந்தது. சில பிம்பங்களைக் கொடுத்து, கம்ப்யூட்டர் மூலம் அதை சற்றுத் தெளிவாக்க முடியும் என்று... வெய்ட் எ மினிட்! இவளிடம் அந்தப் படத்தைக் காட்டினால் என்ன...

பேச்சுக்குப்பின் எழுந்த கேள்விகளைத் திறமையாகச் சமாளித்தாள்.

'தாங்க் யூ மிஸ் மஹேஸ்வரி! லெட்ஸ் கிவ் திஸ் யங் லேடி எ பிக் ஹாண்ட்.'

தாராளமாகவே கை தட்டினார்கள். புன்னகையுடன் கன்னத்தில் குழம்பிய சிவப்புடன் என்னை நோக்கி நடந்துவந்தாள். என்னதான் ஆண்பிள்ளைபோல் இருக்கப் பிடிவாதமாக டிரஸ் செய்துகொண்டாலும் அதீதமான, சந்தோஷமான வெட்கமான கணங்களில் கன்னம் சிவப்பதைத் தவிர்க்க முடியுமா?

‘ஹார்மோன்கள்’ என்றேன் அவள் வந்தபோது.

‘பார்டன்.’

‘என்கிட்ட கலர் ஃபிலிம் இல்லையே என்று வருத்தப்படுகிறேன். வெற்றிப் பெருமிதத்தில் உங்க கன்னம் அவ்வளவு சிவப்பா இருக்கு...’

‘போட்டோ எடுத்தீங்கல்ல?’

‘ஓ!’

‘ஓ, ஐம் ஸோ எக்ஸ்ஸைட்டட். எப்ப காப்பி வரும்?’

‘நாளைக்கு?’

‘எங்க அம்மா, எங்க அப்பா, என் சிஸ்டர் எல்லோரும் பார்த்தா ரொம்பச் சந்தோஷப்படுவாங்க.’

‘நியாயம்தானே, மிஸ் மஹேஸ்வரி! உங்களை ஒண்ணு கேக்கணும்.’

‘எல்லாரையும் போல என்னை மஹேஷ்னே கூப்பிடுங்க. மிஸ் மஹேஸ்வரின்னு கடைசில ஒரு லேடி டாக்டர்தான் என்னை அப்படிக் கூப்பிட்டாங்க! என்ன சொல்லுங்க.’

‘சில வேளையில நீங்க பேசற பாணி என் அருணா மாதிரி இருக்கு. நான் சொல்லவந்தது அது இல்லை. நீங்க இப்ப இமேஜ் ப்ராஸஸிங்னு ஏதோ பேசினீங்களே, கம்ப்யூட்டர் டிஜிட்டைஸர் அப்படி இப்படின்னு. எனக்குச் சுத்தமா புரியல. என்கிட்ட ஒரு போட்டோ இருக்குது. அதில ஒரு பெண், அருணா, பின்னால் சுவர். பத்தடி தூரத்தில் அவுட் ஆஃப் போகஸ்ல அந்தச் சுவரில் ஒரு வட்டமா அல்லது சதுரமான்னு சொல்ல முடியாத ஒரு சின்னப் பொருள் மாதிரி தெரியுது. அதுல ஏதோ எழுதியிருக்கு. என்ன எழுதியிருக்குன்னு சரியாத் தெரியலை. அந்தப் பொருள் என்னன்னும் தெரியலை. எவ்வளவோ என்லார்ஜ் பண்ணிப் பார்த்துட்டேன். நெகடிவ்லயே அவுட் ஆஃப் போகஸ்ஸா இருக்கிறதனால என்லார்ஜ் பண்ணினா குழப்பம்தான் பெரிசாகிறது. உங்க கம்ப்யூட்டரை வெச்சுக்கிட்டு அது என்ன பொருள்னு கண்டுபிடிக்க முடியுமா?’

‘முடியும். இமேஜ் ப்ராஸஸிங் என்கிறது அதுதான். டாக்டரேட்டுக்கு ரிஸர்ச் பண்றது அதிலதான். நீங்க அந்த

போட்டோவோட பிரதி ஒண்ணை என்கிட்ட கொடுங்க. நான் முயற்சி பண்ணிப் பார்க்கிறேன்.'

'ஓ கிரேட். இன்னிக்கே கொடுக்கறேன்.'

'சரி.'

'இப்பவே கொடுக்கறேன். என் ப்ரீஃப்கேஸில் எப்பவும் அந்த போட்டோ இருக்குது.'

என் பெட்டியைத் திறந்து அந்த போட்டோவின் பிரதி ஒன்றை எடுத்துக்கொடுத்தேன்.

'இதுதானா?'

'ஆமாம்.'

'இந்தப் பொண்ணு யாரு?'

'அருணா.'

'ஷி இஸ் ப்யூட்டிஃபுல்.'

'ஆம்.'

'இவளா இறந்து போயிட்டா?'

'ஆமாம்!'

'ச்...ச்...ச்! இந்தப் பொருள் என்னன்னு கண்டுபிடிக்கிறதில் என்ன லாபம்?'

'என்னன்னு தெரிஞ்சா இவளைக் கொன்னது யாருன்னு கண்டு பிடிக்க வாய்ப்பு இருக்கு!'

'ஓ மை காட்! கொலையா?'

'ஆமாம்! அவளை நான் கல்யாணம் செஞ்சுக்க இருந்தேன். எல்லாத்தையும் விட்டுட்டு என்னோட வர்றேன்னு கிளம்பிட்டிருந்தா. கொலை செய்யப்பட்டுட்டா!'

'யாரு?'

'யாரோ!'

'போலீஸ்?'

'இன்னும் கண்டுபிடிக்கலை.'

'இட்ஸ் எ பிட்டி. நான் நிச்சயம் ட்ரை பண்றேன். உங்க பேர்கூடக் கேட்டு வெச்சுக்கலை...

'ஜி.யெஸ்.'

'ஓ! நீங்கதானா. நிறைய தமிழ் பத்திரிகையில நிறைய பெண்களை, நிறைய...' நிறுத்தினாள்.

'நிறையக் காட்டறேன் இல்ல.'

'பெண்களை நீங்க எல்லோரும் உபயோகிக்கிறீங்க.'

'குற்றவாளி... ஒப்புக்கறேன். இந்தப் பெண் அருணா உங்களைப் போல ஒரு அறிவுஜீவின்னு சொல்லலாம். அவ சம்பாதிக்கறதுக் காக செய்த காரியங்களைப் பத்தி நமக்கு உடன்பாடு இல்லாம இருக்கலாம். இருந்தாலும், அந்த வாழ்க்கைக்கு வெளியில அவ செஞ்ச காரியங்கள் ரொம்ப வசீகரமானவை. ஒரே ஒரு நாள் அவளைச் சந்திச்சேன். பழகினேன். என் வாழ்க்கை பூராவையும் பாதிச்சுட்டா.'

'அவ அவ இறந்து போனதினால...'

'ட்ரை பண்ணுங்க ப்ளீஸ்!'

'நிச்சயம் கண்டுபிடிச்சே கொடுக்கறேன். பாருங்களேன்.'

'உங்களை கலர்ல எடுக்கணும்.'

'நான்... மாட்டேன். வேண்டாம். வரட்டுமா?'

'உங்க டெலிபோன் நம்பர்?'

17

பதினைந்து தினங்கள் கழித்து அந்தப் பெண் எனக்குப் போன் செய்தாள்.

'மிஸ்டர் ஜி.யெஸ். நீங்க என்னை எடுத்த போட்டோ வந்தது. பிரமாதம்.'

'அனுப்பிச்சு பதினைந்து நாளாச்சு. இப்ப சொல்றீங்க.'

'இல்ல. இந்தப் பதினைந்து நாளும் நீங்க கொடுத்த அந்த போட்டோவை கம்ப்யூட்டரில் வெச்சு அனலைஸ் பண்ணிக் கிட்டு இருந்தேன்.'

என் நரம்புகள் துடித்தன. 'ஏதாவது கிடைச்சுதா?'

'கிடைச்சுது.'

'என்ன? அது என்ன?'

'சுவரில் மாட்டி இருக்கிற ஒரு டயல் தர்மாமீட்டர். வட்டமா ஒரு கடிகாரம் மாதிரி இருக்கும். ஒரு முள் இருக்கு. உஷ்ணமானி. பிரசண்டேஷனுக்குத் தருவாங்க. அதன்மேல் எழுதியிருக்கிற எழுத்துக்களைக்கூட படிச்சுடுத்து எங்க கம்ப்யூட்டர். என்னன்னு நினைச்சுக்கிட்டீங்க! செல்லம்!'

'என்ன எழுதியிருக்கு.'

'சொல்லமாட்டேன்.'

'ஏன்?'

'நீங்க இங்க ஐஐடி காம்பஸ்க்கு வாங்க! இங்க படிக்கிற கேர்ள்ஸ் எல்லாம் உங்களைப் படையெடுக்கப்போறோம். பெண்கள் வெறும் அழகு சாதனங்கள் மட்டும் இல்லை. சமூகத்தில் அவங்க உபயோகமாப் பல காரியங்கள் செய்யறாங்கங்கறதுக்கு அத்தாட்சியா இன்ஜினியரிங் படிக்கிற எங்களை கவர்ச்சி இல்லாம, உண்மையான போட்டோ எடுத்து குமுதம், இதயம் எதிலாவது பப்ளிஷ் பண்றதா ப்ராமிஸ் பண்ணாத்தான் அந்த விவரம் கொடுப்பேன்.'

'ப்ராமிஸ்.'

'இப்ப வாங்க.'

18

ஐபிஎம் 370. அந்த கம்ப்யூட்டரின் பெயர். ஏர்கண்டிஷன் அறைக்குள் நுழைவதற்குமுன் செருப்பைக் கழற்றி விட்டு, கோவிலில் நுழைவதுபோல் நுழையவேண்டியிருந்தது. கீழே வழவழ என்று மார்ப்ளெக்ஸ் தரை.

'இதுதான் ப்ராஸஸர். இதுதான் கண்ட்ரோல் கான்ஸோல். இதுதான் டிஸ்க் யூனிட். இது கார்ட் ரீடர், இது வி.டி.யு...'

நான் ஆட்டுத்தனமாகத் தலையாட்டிக்கொண்டிருந்தேன். ஐபிஎம் என்னைப் பார்த்து கேலியாக விளக்குகளால் கண் சிமிட்டுவதுபோல இருந்தது.

'கம்ப்யூட்டர் பக்கத்தில் நாங்க அதைச் செயல்படுத்தறாப்பல ஒரு போட்டோ எடுக்கறீங்களா? பர்மிஷன் எல்லாம் வாங்கி வெச்சிருக்கோம்.'

'நிச்சயம். நில்லுங்க.'

மஹேஸ்வரி மெலிதாக பவுடர் போட்டிருந்தாள்.

கான்டீனில் காப்பி சுமாராக இருந்தது. பக்கத்து நாற்காலியில் என் சாதனங்களை உட்காரவைத்துவிட்டு அவள் எதிரே உட்கார்ந்தேன்.

'போட்டோவைப் பார்க்கறீங்களா?'

தன் பையிலிருந்து எடுத்தாள். 'நீங்க குடுத்த பிரதி இது. எவ்வளவு கன்ஃப்யூஷனா இருக்குது பாருங்க. இதை கம்ப்யூட்டருக்குக் கொடுத்து, அந்தப் பிரதியை அலசிப் பார்த்து, பலவித சாத்தியங் களைப் பார்த்து, ப்ராஸஸ் செய்து, மறுபடி புதுப்பிச்ச பிரதி.

எவ்வளவு தெளிவா ஆயிடுச்சு பாருங்க. இந்த முறையில் மிகப் பழைய ரிக்கார்டுகள், பத்திரங்கள், மறைந்துபோன கையெழுத்துக் கள்... எல்லாத்தையும் கம்ப்யூட்டர் தோண்டி எடுத்துடுது... எவ்வளவு பெரிய ப்ரொக்ராம் தெரியுமா?' நான் அவள் சொன்னதைக் கவனிக்க முடியாமல் ஆச்சரியத்தில் இருந்தேன்! 'அட, இது சாத்தியமா?'

என் போட்டோ பிரதியின் அந்தக் குழப்பமான பகுதியை துல்லியமாகத் திருத்தி அமைத்திருக்கிறது கம்ப்யூட்டர். சுவரில் ஒரு சின்ன ஆணி அடித்து வட்ட வடிவமாக ஒரே ஒரு முள் மட்டும் கொண்ட தர்மா மீட்டர் அது. அதன் நடுவில்,

Presented by
SUPERB TYRES
262 MR ROAD
AMBATTUR

என்று எழுதியிருந்தது.

'ரிமார்க்கபிள்.'

'போலீஸ் இலாகாவுக்குச் சொல்லுங்க.'

'ஸுப்பர்ப்.'

'ஸுப்பர்ப் டயர்ஸ்!'

'மஹேஷ்! உங்களுக்கு எப்படி நன்றி சொல்வேன்.'

'என்ன சார் இது. இத்தனை நேரம் அதைப்பத்தித்தானே பேசிக் கிட்டிருந்தோம். எப்படி நன்றி சொல்றதுன்னு கேக்கறீங்க?'

'ஓயெஸ், சொல்லிட்டீங்க, நிச்சயம் செய்யறேன்.'

'இந்த அட்ரஸை வெச்சுக்கிட்டுக் கண்டுபிடிக்க முடியுமா?'

'முதல்ல இந்த அட்ரஸுக்குப் போறேன்.'

'ஒரே ஒரு அட்வைஸ்.'

'என்ன?'

'ரொம்பத் தேடாதீங்க. சில சமயம் சுழல் மாதிரி அது. எங்க கம்ப்யூட்டர் ப்ரொக்ராம்லகூட சில சமயம் அப்படித்தான்.'

'தாங்க்ஸ். நான் இதை விடறதா இல்லை.'

19

அடையாறு எங்கே, அம்பத்தூர் எங்கே. ஐந்து லிட்டர் பெட்ரோல் போட்டுக்கொண்டேன். புறப்பட்டேன். என் தேடலின் இரண்டாம் கட்டம். இந்தத் தடவை நிச்சயம் முடிவை நான் அடையப்போகிறேன். அந்த ஆளைப் பார்க்கப் போகிறேன். நிச்சயம்,நிச்சயம்... எனக்குள் ஏதோ சொல்கிறது, அகப்படுவான் என்று. போலீஸில் இதை முதலில் சொல்ல வேண்டாம்... அதற்கு முன் அந்த இடம், அந்த விலாசம்...

தொழில்பேட்டையைக் கடந்து ஒதுக்குப்புறமாக இருந்தது அந்த ஸுப்பர்ப் டயர்ஸ்.

ஆனால், நான் எதிர்பார்க்கவில்லை, இத்தனை பெரிய தொழிற் சாலை என்று. ஏறக்குறைய அரை மைல் நீள காம்பவுண்டு கலர் கல்லில் உயரத்தில், வாசலில் பெரிய கேட். ஆளுயரத்தில் டயர் வடிவம். செக்யூரிட்டி கேட்... இதில் யாரை எப்படித் தேடுவேன்.

'யாரைப் பார்க்கணுங்க!'

'பப்ளிக் ரிலேஷன்கு ஆபீஸரை.'

'அப்படி யாரும் இல்லீங்களே.'

'இந்த ஃபாக்டரியில் எவ்வளவு பேர் வேலை செய்யறாங்க?'

'நாலாயிரம் பேரு, ஏன்?'

'முதலாளி யாருங்க?'

'நீங்க யாரு முதல்ல?'

'நான் பிரஸ் போட்டோகிராபர்?'

'அப்பாயின்ட்மெண்ட் இருக்குதா?'

'டெலிபோன்ல வரச் சொன்னாரு.'

'யாரு...'

'சுந்தரராமன்னு ஒருத்தரு.'

'சுந்தரராமனா? இருங்க பார்க்கிறேன்' - அவன் மேஜைக்கடியில் டைப் அடித்திருந்த காகிதத்தில் விரலை ஓட்டினான்.

'அப்படி யாரும் இல்லையே. அவரு டெஸிக்னேஷன் சொன்னாச் சரி.'

'இன்ஜினியர்.'

'எந்த ஷாப்பில?'

ம்ஹூம். எவ்வளவுதான் பொய் சொல்ல முடியும். மேலும் நான் உள்ளே சென்று என்ன செய்யப்போகிறேன்? யாரைக் கண்டு பிடிக்கப் போகிறேன்? நாலாயிரம் பேரில் அவன் யார்?

அவன் இந்த இடத்தில் இருக்கிறானா என்பதே சந்தேகம். வேறு யாராவது அவனுக்கு அதைப் பரிசளிக்க, அவன் அதை அருணாவுக்குப் பரிசளித்திருக்கலாம். அப்படியென்றால் அதை ஏன் அவன் சுவரிலிருந்து நீக்கவேண்டும். என் படத்தில் இருந்தது, ஜகன்னாதன் படத்தில் இல்லையே? அதற்கும் அவனுக்கும் சம்பந்தம் இருக்கிறது. இந்தத் தொழிற்சாலைக்கும் அவனுக்கும் நிச்சயம் சம்பந்தம் இருக்கிறது. இதில் அவன் ஏதோ பெரிய அதிகாரி. பெரிய அதிகாரிகள் எவ்வளவு பேர் இருப்பார்கள்? பத்துப் பேர், இருபது பேர்? எதற்கும் போலீஸ் உதவியை நாட வேண்டும்.

20

‘கம்ப்யூட்டரா?’ என்றார் மாணிக்கவாசகன்.

‘ஆமா சார்! இமேஜ் ப்ராஸஸிங்னு ஒரு முறைப்படி சுவரில் பஜ்ஜுன்னு இருந்த பிம்பம் தெளிவாயிடுச்சு. ஒரு அட்ரஸ் கிடைச்சிருக்கு. ஸுப்பர்ப் டயர்ஸ்னு ஒரு பெரிய ஃபாக்டரி. அதில் இருக்கிற பெரிய அதிகாரிகளை எல்லாம் விசாரிக்க, மேனேஜிங் டைரக்டரிலிருந்து ஆரம்பிச்சு... ஒத்தரை விடாம... அவங்க யார்கிட்ட ஃபியட் கார் இருக்குது மூணு எட்டு போட்டு.’

‘இருங்க இருங்க, மெல்ல மெல்ல... நீங்க ஏதோ துப்பறியும் கதையில வரமாதிரி பேசறீங்க. அட்மிஸிபிள் எவிடன்ஸ் என்னன்னு பார்க்கணும். முதல்ல இது என்ன கம்ப்யூட்டர்? இப்ப கம்ப்யூட்டரை விரல்ரேகை கண்டுபிடிக்கிறதுக்கு நாங்க பயன்படுத்தி வரோம். அது ஒண்ணுதான் தெரிந்தவரை உபயோகம். அதிலயும் நிறைய தப்பு விழுது... இப்ப என்ன புதுசா சொல்றீங்க?’

‘இமேஜ் ப்ராஸஸிங் சார்.’

‘அப்படின்னா?’

‘அது வந்து கம்ப்யூட்டர் நான் கொடுத்த போட்டோவை ஒரு மாதிரி தீட்டிக் கொடுத்திருக்கு, சுத்தமா!’

‘அது எப்படிங்க முடியும்? போட்டோ போட்டோதான். அரிசியா, பாலீஷ் பண்றதுக்கு.’

‘இல்லீங்க, எனக்குச் சரியாச் சொல்லத் தெரியலை. நீங்க ஐஐடிக்கு போன் பண்ணி...’

'பதட்டப்படாம பேசுங்க. யாருக்கு போன் பண்ணணும், என்ன கேக்கணும், எல்லாம் எங்களுக்குத் தெரியும். நீங்க இந்த போட்டோவை என்கிட்டக் கொடுத்துட்டுப் போங்க...'

'நான் டிஸியைப் பார்க்கலாமா?'

அவர் முகம் சுருங்கியது. 'மிஸ்டர் ஜி.யெஸ், உங்களுக்கு நான் இரண்டு மூணு தடவை சொல்லியிருக்கேன்னு நினைக்கிறேன். போலீஸ் செய்யற வேலையை நீங்க செய்யவேண்டாம். நாங்க நிறையப் பேர் இருக்கோம். எங்களுக்கும் கம்ப்யூட்டர் இருக்குது.'

'இதுவரைக்கும் ஒண்ணுமே கண்டுபிடிச்சதாத் தெரியலியே.'

'உங்களுக்குத் தெரியலை. எங்களுக்குத் தெரிந்தது உங்களுக்குத் என்ன தெரியும்?'

'பேப்பர்ல ஏதும் வரலையே.'

'பேப்பர்ல வந்தாத்தான் கண்டுபிடிச்சதா அர்த்தமா? பேப்பர்ல வராதது நாங்க எவ்வளவோ தெரிஞ்சுவெச்சிருக்கோம். பேப்பருக்கு எப்பக் கொடுக்கறதுன்னு எங்களுக்குத் தெரியும். இதை என்னமோ சுஜாதா எழுதற கதை மாதிரி நினைக்காதீங்க. போலீஸுக்கு உங்க மாதிரி அமெச்சூர் கணேஷ்-வஸந்த் முயற்சிகள் எல்லாம் வேண்டாம். எங்க கவலையை நீங்க படவேண்டாம். அண்டர்ஸ்டாண்ட்?'

'நான் டிஸியைப் பார்க்க முடியுமா?'

'முடியாது, அவர் வெளியே போயிருக்கார்.'

'அப்புறம் போன் பண்ணலாமா?'

'உங்க இஷ்டம். நாங்கள்லாம் பொதுஜன சேவைக்குத்தான் இருக்கோம். போயிட்டு வரீங்களா?'

21

எனக்குப் புரியவில்லை. மாணிக்கவாசகன் சந்தர்ப்பத்துக்குச் சற்று அதிகமாகவே கோபப்படுகிறார் என்று தோன்றியது. ஏன்? அவர் கண்டுபிடிக்காமல் நான் கண்டுபிடித்தேன். ஒரே ஒரு முகவரி. அவ்வளவுதானே? பிறகு ஏன் இப்படி எரிந்து விழு கிறார். மெதுவாக வெளியே வந்தேன்.

வெறுப்பாக இருந்தது. ஏமாற்றமாக இருந்தது. கேமராக்களைக் கட்டிக்கொண்டு அழுகிறேன். எல்லாவற்றையும் தூக்கி எறிந்து விடலாம் என்கிற வெறுப்பு ஏற்பட்டது! வீட்டுக்குப் போகப் பிடிக்கவில்லை. அங்கே என்ன இருக்கிறது. சாவி என்னிடம் தான் இருக்கிறது. கடை திறந்தால் என்ன? திறக்காவிட்டால் என்ன? மவுண்ட் ரோடுக்கு வந்தேன். ஏதோ ஒரு தியேட்டரில் ஏதோ ஒரு இடத்தில் பணம் கொடுத்து டிக்கெட் வாங்கி ஏதோ ஒரு மூலையில்போய் உட்கார்ந்தேன்.

ஒரு குழந்தை. உடல் பூரா பேபி பவுடர் அப்பிக்கொண்டிருந்தாள் தாய்.

'எங்க லெக்சரர் ஒருத்தி இருந்தாங்க. அவங்ககிட்ட உயிரையே வெச்சிருந்தேன். ரொம்பப் புத்திசாலி. ரொம்ப கெட்டிக்காரி. ஆனா, கல்யாணம் ஆனதும் மாறிப்போயிட்டாங்க. அவங்கிட்ட இப்ப ஜான்சன்ஸ் பேபி பவுடர் பத்தித்தான் பேச முடிகிறது.'

சற்று நேரம் அந்த இருட்டில் தனிமையில் அருணாவுக்காக அழுதேன்.

கதாநாயகன் சித்தாரைப் பிடித்துக்கொண்டு அதை வாசிப்பது போல பாவனை செய்து உல்லாசமாகப் பாடிக் கொண்டிருக்

கையில் எனக்கு குமட்டிக்கொண்டு வந்தது. கண் இருண்டது. அலைச்சல். சரியாகச் சாப்பிடவில்லை. மன உளைச்சல்...

இருட்டைவிட்டு வெளியே வந்தேன். கேட் பூட்டியிருந்தது.

'இன்டர்வெல் வரைக்கும் திறக்கமாட்டாங்க. நீங்க போகணும்னா ஏறிக் குதிச்சுப் போயிருங்க.'

காலி மனையில் குப்பையில் குதித்து டாக்சி பிடித்து வீட்டுக்கு வந்து படுத்தேன்.

அருணாவின் போட்டோவை பார்த்துப் பேசினேன். 'அருணா நான் முயன்று பார்த்தேன்.'

டெலிபோன் ஒலித்தது.

'ஜி.யெஸ்., ஜக்கு.'

'சொல்லுப்பா?'

'உன்னை வந்து பார்க்கணும். இப்ப ஃப்ரீயா இருக்கியா?'

'எப்பவும் ஃப்ரீ, நீ வா.'

ஜக்கு வந்தவுடன், 'என்னடா ஆச்சு உனக்கு?' என்றான்.

'ஏன்!'

'நிறைய இளைச்சிருக்கே. போன தடவை எப்பப் பார்த்தேன் நான் உன்னை? இன்னும் அவளையே நினைச்சுக்கிட்டு அலையறியாமே?'

'யார் சொன்னா?'

'டிபார்ட்மெண்டிலே தகவல். என்னை இங்கு யாரு அனுப்பிச் சாங்க தெரியுமா?'

'யாரு?'

'நம்ம டிஸி.'

'ஏன்?'

'ஜி.யெஸ், விட்டுடு?'

'எதை?'

'தேடறதை?'

'எதுக்காக?'

'போலீஸ் பார்த்துப்பாங்க.'

'போலீஸ் பார்த்துக்கலை. முதல்ல இந்த கேஸை சரியாகவே விசாரிக்கலை. முதல்ல இருந்தே கவனிச்சுக்கிட்டு வர்றேன். அவுங்க அதை அடக்கியே வாசிக்கிறாங்க!'

'எதுக்கு தெரியுமா?'

'எதுக்காம்?'

'எங்களுக்குத் தெரியும்!'

'என்னது?'

'யாருன்னு எங்களுக்குத் தெரியும். அந்த ஃபியட் கார் நம்பர், கலர், அதில் இருந்த முதல் சந்தேகங்கள், அப்புறம் சில விசாரிப்புகள், அவளுடைய தொழில் வட்டாரங்கள் விசாரிப்புகள்... இன்னிக்கு உன் கம்ப்யூட்டர் சாட்சியம்.'

'யூ மீன், அருணாவைக் கொலை பண்ணினது யாருன்னு போலீஸுக்கு நல்லாத் தெரிஞ்சும் அந்த ஆளை அரெஸ்ட் பண்ணாம பாச்சா காட்டிக்கிட்டு இருக்கிறாங்களா?'

'யாருன்னு தெரியும். ஆனா அது மட்டும் போதாது ஜி.யெஸ். அந்த ஆளு ரொம்பப் பெரிய ஆளு. ரொம்ப புத்திசாலி. அவனையும் அவளையும் கனெக்ட் பண்ண ஒரு சாட்சி கிடையாது. நேரடியா ஒரு க்ளூ கிடையாது. ஒரு விரல் ரேகை கிடையாது. சரியான சாட்சியங்கள் அகப்படறவரைக்கும் நாங்க கொஞ்சம் அடக்கியே வைச்சுக்கணும். மேலும் அந்த ஆள் யார் தெரியுமா?'

'யாரு?'

சொன்னான்.

'அவரோட கம்பெனி. இப்பப் புரியுதா, போலீஸ் ஏன் தயங்கறாங் கன்னு? இப்பப் புரியுதா, ஏன் நாங்க சரியான சாட்சியங்களுக்குத் தவிக்கிறோம்னுட்டு? இப்பப் புரியுதா, இப்பப் புரியுதா?'

'புரியுது' என்றேன்.

'யார்கிட்டேயும் சொல்லாதே. ப்ளீஸ்.'

22

ஏறக்குறைய என் தேடலின் முடிவுக்கு வந்துவிட்டேன். இது மூன்றாவது கடைசி அத்தியாயம். இதுவரை என்னைப் பொறுமை யாகப் படித்து வந்ததற்கு வந்தனம். இன்னும் கொஞ்சம்தான் இருக்கிறது. இன்னும் ஒரே ஒரு விஷயம்தான் இருக்கிறது பாக்கி.

என் பிரதிக்ஞை.

அவனைக் கொல்லவேண்டும். எப்படி என் வைராக்கியம்?

அவன் யார் என்று தெரியும் அல்லவா. உடனே போய் தீர்த்துக் கட்ட வேண்டியதுதானே என்று நீங்கள் கேட்கலாம். அவ்வளவு சுலபமல்ல; அவன் வீட்டில் பந்தோபஸ்துகள் உள்ளன.

அவன் அருணாவை எப்படிக் கொலை செய்தானோ அதேபோல் அவனை நான் கொலை செய்ய வேண்டும். சுவடுகள் இல்லாமல், போலீஸுக்கு நான்தான் என்று தெரிந்திருந்தும் என்னைத் தொட முடியாதபடி. ஒரு விரல் பிரதி கூடாது. ஒரு தொடர்பு கூடாது. அதே திணறல், சந்தர்ப்பம் வரத்தான் போகிறது.

காத்திருக்கிறேன்.

அவன் அருணாவை ஏன் கொன்றான் என்பதும் எனக்குத் தெரிந்து விட்டது. அவ்வளவு பிரபலமான ஆசாமி. மனைவி, மக்கள், உறவுகள், பொதுநல வாழ்க்கை என்று இருப்பவன். பண்பின் திலகம், அரசியலிலும் கல்வியிலும் அவ்வளவு முக்கியமான வன், அவ்வளவு ஆசைகள் விருப்பங்கள், நோக்கங்கள் இருப்ப வன், சாதனைகள் புரிந்தவன்... கேவலம் ஒரு குட்டி நடிகையை

வைத்துக்கொண்டிருந்தான் என்று வெளியில் தெரிந்தால் சகலமும் அப்படியே சரிந்துவிடுமல்லவா.

அருணா அவனை விட்டுப் போகிறேன் என்று சொன்ன மாத்திரத்தில் உஷாராகிவிட்டான். இவ்வளவு பெரிய மனுஷனை கேவலம் ஒரு அல்பப் பெண் உதறிவிட்டுச் செல்வதாவது? உதறவேண்டியவன் தானல்லவா? யாருக்குத் தெரியும், நான் இங்கு சில தினங்கள் வருவது?

ஒருவருக்குமே தெரியாது.

இப்போது அவளைக் கொன்றுவிட்டு ஓசைப்படாமல் விலகினால்கூட ஒருவருக்கும் தெரியாது!

யார் பார்த்தார்கள் தான் வருவதை...

அதுவும் தன்னை யார் சந்தேகிப்பார்கள்!

பாதகனே புரிகிறது. இரு! அதே முறையில் உன்னைக் கொல்லப் போகிறேன்! எவ்வளவு நாளானாலும் சரி, அதே முறை.

கைகளுக்குக் கையுறை வாங்கிக்கொண்டேன். நல்ல வலுவான கயிறு வாங்கிக்கொண்டேன். ஒரு பிளாஸ்டர் ஆஃப் பாரிஸ் பொம்மை வாங்கி அதன் கழுத்தில் சரக்கென்று இறுக்கப் பழகிக் கொண்டேன். சுருக்கு போட, இறுக்க, கழுத்தின் எந்தப் பாகத்தில், ட்ராக்கியாவை எப்படிப் பிடிப்பது? அனாட்டமி ஒழுங்காகப் படித்தேன். முதலில் மூச்சு திணறும். அப்புறம் ஒரு எலும்பு முறியும். அப்புறம் அனாக்ஸியா ஏற்படும். அப்புறம் நாக்கு வெளியே வரும், கண் செருகும்.

மனத்தில் அந்தக் கொலையைப் பல தடவை ஒத்திகை பார்த்து விட்டேன்.

காத்திருக்கிறேன்.

பாய்ச்சலுக்கு தயாராக இருக்கும் புலிபோல.

பேப்பரில் அவனைப் பற்றி நிறையவே வருகிறது. எல்லாவற்றையும் படித்துவிட்டுக் கிழித்துப் போட்டு விடுவேன். அவனையும் என்னையும் சம்பந்தப்படுத்தக்கூடிய எந்தப் பொருளும் என்னிடம் இருக்கக்கூடாது. எனக்கு அவசரமும் இல்லை.

23

'கொஞ்சம் அப்படியே சாஞ்சுக்கங்க.'

'இப்படியா சார்!'

'இல்லை, கொஞ்சம் இடது பக்கம், தட்ஸ் இட், அப்படியே அந்த ஸாரியை லேசா... அவ்வளவு வேண்டாம்! போதும்... கொஞ்சம் சிரிங்க. இடது கையைப் பாருங்க! ரிலாக்ஸ்! தட்ஸ் குட்...'

அப்பெர்ச்சர்!

ஸ்பீட்!

'க்ளிக்!'

'தாங்க்ஸ். வேற ஏதாவது டிரஸ் போட்டுக்கிட்டு வரீங்களா?'

'சின்னதா டிராயர் போட்டுட்டு வரட்டுமா சார்?'

'வாங்க.'

'ஒரு நிமிஷம். அதுவரைக்கும் இதைப் பார்த்துக்கிட்டு இருங்க' என்று படக்கதைப் புத்தகத்தை மேஜை மேல் வைத்தாள். 'காட்டேரி முத்து.'

சிகரெட் பற்ற வைத்துக்கொண்டு பால்கனிக்கு வந்தேன். தனியான வீடு. அசோக் நகர் தாண்டி புதிய காலனி. உள்ளே வந்தேன். அலமாரியில் தமிழ்ப் பத்திரிகைகள், டெலிவிஷன், குளிர்பதனப் பெட்டி, கீழே கார்ப்பெட், சோபா, சுவரில் அலங்கார கடிகாரம், தஞ்சாவூர் ப்ளேட்டுகள், காலண்டர்கள்... இது என்ன?

சின்னதாக வட்டமாக ஒரு டயல் தர்மாமீட்டர். அதன் மத்தியில்:

Presented by
SUPERB TYRES
262 M R ROAD
Ambattur.

'ரெடி சார்.'

அவள் மார்பை அடிக்கோடிட்டுக் காட்டும்படி பனியன் அணிந்திருந்தாள். அதன் குறுக்கே 'கிஸ் மீ' என்று எழுதியிருந்தது. சின்னதாக டிராயர் அணிந்திருந்தாள். வெட்டின தக்காளிபோல் லிப்ஸ்டிக் பூசியிருந்தாள்.

இருந்தும் இத்தனை அலங்கோலங்கள் செய்துகொண்டாலும், அழகாகத்தான் இருந்தாள். அபார இளமை. அருணாவின் வயசுதான் இருக்கும். மேலும் இவளுக்கும் அருணாவுக்கும் மெலிதான முகஜாடைப் பொருத்தம்கூட இருந்ததாக எனக்குத் தோன்றியது. பிரமையோ என்னவோ!'

'உங்க பேர் என்ன?'

'நீமாங்க. காமாட்சின்னு வீட்ல பேரு. சினிமாவுக்காக 'நீமா'ன்னு வெச்சுக்கிட்டேன்.'

'நைஸ் நேம்!'

'என்னங்க?'

'நல்ல பேருன்னேன்!'

'சான்ஸ்தான் கிடைக்க மாட்டேங்குதே! இந்த போட்டோ 'பொம்மை'ல வருங்களா?'

'இல்லை, ஃபிலிமாலயா.'

'உங்களுக்கு யாராவது டைரக்டருங்களைத் தெரியுங்களா?'

'நீங்க எதுக்கு சினிமாவுக்கு வரணும்? வீடு எல்லாம் வசதியாத்தான் இருக்கு! டிவி, ஃப்ரிஜ், தனி பங்களா, வாடகையே 600 ரூபாய் இருக்கும்!'

'இதெல்லாம் அவருதுங்க!'

'அவருதுன்னா?'

'அது சொல்லக்கூடாதுங்க, யாருக்காவது சொன்னா உயிருக்கே ஆபத்துன்னு சொல்லியிருக்காங்க. மஹா கோபக்காரரு. சந்தேகக் காரரு. அவரு யாருன்னு தெரிஞ்சா நீங்க அசந்து போயிருவீங்க.'

'அப்படியா? தினம் வருவாரா?'

'இல்லங்க. எப்பனாச்சியும்தான் வருவாரு! அன்பாத்தான் வெச்சிருக்காருங்க. நிறையப் பணம் கொடுக்கறாரு. ஆனா, இந்த மனசு கடந்து அலையுது. சினிமாவில் நடிக்கிறதுக்குத்தாங்க ஊட்டாண்ட சொல்லாம கொள்ளாம ரயிலேறி வந்தேன். ஒண்ணு ரெண்டு சான்ஸு கிடைச்சுது. ஆனா செமையா ஒண்ணும் கிடைக்கலியே.'

'பார்க்கறேன், எனக்கு ராஜாவைத் தெரியும். சொல்லிப் பார்க் கிறேன்.'

'அப்படீங்களா?' மலர்ந்தாள்.

'அது என்ன கடிகாரமா?'

'இல்லீங்க தர்மாமீட்டர்.' 'தர்மபுத்திரன்' என்பதுபோல உச்சரித்தாள். 'அவரு ஃபாக்டரில அன்பளிப்பாக் கொடுப்பாங் களாம். சூடு இவ்வளவுன்னு காட்டுது. உள்ள ஸ்பிரிங் எல்லாம் வெச்சிருக்காப்பல. உங்களுக்கு வேணுமா?'

'வேண்டாம், பார்த்துட்டேன். அவரு எப்ப வருவாரு?'

சாதாரணமா வெளியூர் போகலேன்னா வியாழக்கிழமை வருவா ருங்க. சம்சாரம் குழந்தைகளை அளைச்சுக்கிட்டு மாங்காடு போய் தரிசனம் பண்ணிட்டு சாப்பிட்டுட்டு பத்து பத்தரை மணிக்கு வருவாருங்க. ராத்திரியே போய்டுவாரு. யார் கிட்டயும் சொல்லி டாதீங்க. வெட்டுன்னா வெட்டிப் போட்டுருவாரு.'

'நான் ஏன் இதையெல்லாம் சொல்றேன்.'

'நீங்க ராஜாகிட்ட சொல்றீங்களா சார்?'

'நிச்சயம், நிச்சயம் சொல்றேன்.'

24

வியாழக்கிழமை இரவு கூட்டமில்லாத சினிமாவுக்குச் சென்று ஒரு டிக்கெட் வாங்கிக்கொண்டு தியேட்டரில் நுழையாமல் வெளியே வந்தேன்.

பஸ் ஸ்டாண்டில் காத்திருந்து, மாம்பலம் செல்லும் பஸ்ஸில் ஏறினேன்.

'ஹலோ' என்ற குரல் கேட்டது.

'ஹலோ மகேஷ்!'

'எப்படி இருக்கீங்க?'

'ஃபைன்!'

'அந்த கேஸ் என்ன ஆச்சு?'

'கண்டுபிடிச்சாச்சு.'

'பேப்பர்ல வரலையே.'

'வரும், எப்பவாவது பார்க்கலாம்.'

'இறங்கப்போறீங்களா?'

'ஆமாம்.'

ஒரு ஸ்டாண்டில் இறங்கிக்கொண்டேன். அங்கிருந்து டாக்சி பிடித்து மாம்பலம் போய்யா என்றேன். பாதி வழியில் அசோக் நகர் என்றேன். வாட்டர் டாங்க் அருகில் நிறுத்தி இறங்கிக்

கொண்டேன். உடனே அவனுக்குச் சவாரி கிடைத்துவிட்டது. டாக்சி சென்றதும் மெதுவாக நடந்தேன். அந்த இடத்திலிருந்து அந்த வீடு ஒன்றரை மைலுக்குமேல் இருந்தது. நிதானமாகவே நடந்தேன்.

பைக்குள் தொட்டுப் பார்த்துக்கொண்டேன். கயிறு, இந்தப் பையில் கையுறைகள், எல்லாம் ரெடி...

மெதுவாக மெதுவாக அந்த வீட்டை அணுகினேன். தனியாக ஒதுக்குப்புறத்தில் இருந்தது. இருட்டு.

நிலவில்லா வானத்தில் நட்சத்திரங்கள் சிதறியிருந்தன. அவற்றின் மெலிதான வெளிச்சம்...

அந்த வெளிச்சத்திலும் அந்த ஃபியட் கார் நிற்பது எனக்குத் தெரிந்தது. ஒரு மௌனமான காவலாளி போல.

மேலே பார்த்தேன். மௌனம்...

மெதுவாகப் பதியப் பதிய இருட்டோரத்திலேயே நடந்தேன்.

திடீர் என்று ஷாக் அடித்தாற்போல் உணர்ந்தேன். ஓ! என்ன முட்டாள் நான். இவ்வளவு துல்லியமாகத் திட்டமிட்டவன் ஒரு சின்னக் காரியத்தை மறந்துவிட்டேனே. அந்த கார் பூட்டியிருந்தால் நான் என்ன செய்வது? பரம முட்டாள் நான்.

மேலே போக முடியுமா! அவள் இருப்பாள். சாட்சி! குழப்பம். இன்று முடியாது. கார் திறந்திருந்தால்தான் இன்றைக்கு முடியும்.

கடவுளே! கார் திறந்திருக்கவேண்டும்.

பதுங்கிப் பதுங்கி கார் அருகே சென்றேன். டிரைவிங் சீட் அருகே கதவின் கைப்பிடியை இழுத்துப் பார்த்தேன். பூட்டியிருந்தது.

சுற்றி வந்தேன். ஒவ்வொரு கதவாகப் பார்த்தேன். இரண்டாவது, மூன்றாவது பூட்டித்தான் இருந்தன.

நான்காவது நெஞ்சில் பால் வார்த்தது. திறந்துகொண்டது.

மெல்ல உள்ளே நுழைந்து சீட்டுகளுக்கு நடுவே இடைவெளியில் பதுங்கிக்கொண்டேன். கதவை மிக ஜாக்கிரதையாக மூடினேன்.

காத்திருந்தேன்.

என் தேடலின் கடைசிக் கட்டம் இது. இதோ இன்னும் சில மணி நேரங்கள் அல்லது சில செகண்டுகள். பரவாயில்லை. எத்தனை நேரமானாலும் பரவாயில்லை. நான் காத்திருக்கத் தயார்.

என் பையில் இருந்த கயிறை எடுத்துக் கையில் பாதி சுற்றிக் கொண்டேன்.

எனக்குப் பதற்றமே இல்லை... மெதுவாக நிதானமாக அருணாவை முதல்முதல் சந்தித்த கணத்திலிருந்து ஒவ்வொன்றாக எண்ணி எண்ணிப் பார்த்துக்கொண்டேன்.

அருணா! நீ எனக்கு அளித்த ஒரு நாற்பத்து எட்டு மணி நேர சந்தோஷத்துக்கு ஒரு சின்னக் கடமை நிறைந்த அன்பளிப்பு இது! அருணா! என் காரியம் நியாயமானது என்று நீ தீர்ப்பளிப்பாய். நிச்சயம் உனக்கு நியாயம் கிட்டவில்லை, உண்மையாக ஒருவனை நேசிக்க நினைத்ததற்காக இவ்வளவு பெரிய தண்டனை பெற்றாய். அநியாயம்!

ஒரு அடிமை வாழ்க்கையின் பிணைப்பிலிருந்து தப்பிக்க முற்பட்டதற்கு இவ்வளவு தீவிரத் தண்டனையா உனக்கு? இது நியாயமில்லை.

அருணா! இன்பமாகப் பழிவாங்கக் காத்திருக்கிறேன். நீ எங்கேயாவது இந்த இரவின் வானத்தில் ஒரு மெலிய நீலப் புகையாக உலவிக்கொண்டிருந்தால் கேள், அருணா, கேள்.

இன்பமான, மிக இன்பமான பழிவாங்கல். அவன் உன்னைக் கொன்ற அதே முறை!

அதே கழுத்து நெரிசல்!

அதே மூச்சுத் திணறல்!

அருணா! கொஞ்சம் சிரி!

25

காலடி ஓசை கேட்டது.

'அடுத்த வியாழக்கிழமை வருவீங்களா?'

'சொல்ல முடியாது. டில்லி போறேன், திரும்ப வந்துட்டன்னா வரேன்.'

'சரிங்க!'

'வரட்டுமா?'

டிரைவர் சீட்டில் அவன் உட்கார, கம்மென்று மஸ்க் செண்ட்டின் மணம். இக்னிஷன் சாவியை ஸ்டார்ட்டரில் பொருத்தித் தொட்டவுடன் இன்ஜின் உயிர் பெற்றது.

ரிவர்ஸ் கியர். அப்புறம் முதல் கியர்...

அப்புறம் இரண்டு, மூன்று, நான்கு, கார் வேகம் பிடிக்க...

தனிமையான ரோட்டுக்காகக் காத்திருந்தேன்.

அவன் யார் என்பது உங்களுக்குத் தெரியவேண்டாமா?

நாளை செய்தித்தாளைப் பாருங்கள். பெரிசாகப் பெயர் வரும்.
